AF747498

प्रस्तावना

सावित्रीबाई फुले पुणे विद्यापीठाच्या एम.कॉम. या शैक्षणिक वर्षासाठीच्या अभ्यासक्रमात या वर्षापासून सुधारणा करण्यात आली आहे. आधुनिक बँक व्यवसाय आणि वित्तपुरवठा (चलनविषयक धोरण) या पेपरच्या अभ्यासक्रमात करण्यात आलेल्या सुधारणांची जून २०२३ पासून अंमलबजावणी होत आहे. या सुधारित अभ्यासक्रमासाठी उपयुक्त असलेले पुस्तक आपल्या हाती देताना विशेष आनंद होत आहे. चलनविषयक धोरणाबाबत अनेक संदर्भ ग्रंथ प्रकाशित झालेले आहेत. मात्र, हे पुस्तक बँकविषयक कायदे आणि व्यवहारांवर प्रकाश टाकणारे उपयुक्त पुस्तक आहे.

पुस्तकाच्या सुरूवातीला चलनविषयक धोरणाचा अर्थ, व्याख्या, व्याप्ती, महत्त्व, उद्दिष्टे याबाबत माहिती देण्यात आली आहे. २००७-२००९ च्या वित्तीय अरिष्टापासूनचे चलनविषयक धोरण स्पष्ट करण्यात आले आहे. तसेच कोविड-१९ महामारीनंतरच्या चलनविषयक धोरणाचा आढावा घेण्यात आला आहे. उद्योन्मुख बाजारपेठांमधील चलनविषयक धोरणाबाबत माहिती देण्यात आली आहे आणि पैसा दृष्टिकोन आणि पत दृष्टिकोन यामधील फरक जाणून घेण्यात आला आहे. दुसऱ्या प्रकरणात आधुनिक चलनविषयक सिद्धांत (एमएमटी) याचा अर्थ, इतिहास, उपयोजन, परिणाम, आव्हाने, संभाव्य जोखीम या घटकांची माहिती देण्यात आली आहे. त्याचबरोबर भारताच्या दृष्टिकोनातून आधुनिक चलनविषयक सिद्धांताचे स्पष्टीकरण करण्यात आले आहे. तिसऱ्या प्रकरणात विकसनशील देशांमधील चलनविषयक धोरण आणि आर्थिक वृद्धी, अनुकूल वि. स्थिरीकरण चलनविषयक धोरण, चलनविषयक धोरणाची निर्मिती आणि चलनविषयक धोरणाची परिणामकारकता यांचे सविस्तर विवेचन करण्यात आले आहे. शेवटच्या प्रकरणात चलनविषयक धोरणाचे प्रकार जाणून घेण्यात आले आहे. भारतीय रिझर्व्ह बँकेच्या चलनविषयक धोरण समितीबाबत माहिती जाणून घेण्यात आली आहे. तसेच भारतीय रिझर्व्ह बँकेची चलनविषयक धोरण साधने स्पष्ट करण्यात आली आहेत. मागील पाच वर्षाच्या काळातील भारतीय रिझर्व्ह बँकेच्या चलनविषयक धोरणांचा आढावा घेण्यात आला आहे. तसेच भारतीय रिझर्व्ह बँकेने चलनविषयक धोरणाच्या संदर्भात जाहीर केलेले सद्यकालीन बदल देखील जाणून घेण्यात आले आहे. एकूणच चलनविषयक धोरणाबाबत माहिती पुरविणारे हे एक उपयुक्त पुस्तक आहे.

पुस्तक लेखनासाठी अनेक संदर्भ ग्रंथांची मदत झाली. पुस्तक लेखनाच्या बाबतीत महाविद्यालयाचे प्राचार्य, व्यवस्थापन सदस्य, सहकारी प्राध्यापक व प्राध्यापकेतर कर्मचारी, अभ्यासमंडळ सदस्य, विविध ग्रंथालयाचे ग्रंथपाल, विविध महाविद्यालयातील प्राध्यापक मित्र यांचे सहकार्य व प्रोत्साहन मिळाले. संदर्भ ग्रंथांच्या लेखकांसहीत इतर सर्वांविषयी आम्ही कृतज्ञता व्यक्त करतो. तसेच पुस्तकाचे प्रकाशक डॉ. राजेश पाटणे व सौ. विद्या पाटणे आणि सक्सेस पब्लिकेशन मधील कर्मचारी वर्ग यांच्याविषयी देखील आम्ही कृतज्ञता व्यक्त करतो.

With best wishes.

By Author

Syllabus

M.Com. - I (Sem. - II) Advanced Banking & Finance
Monetary Policy (Course Code : MP573MJ)

Unit	Topic	Lecture
1	**Overview of Modern Monetary Policy:** • Monetary Policy- Meaning, Definition, Scope and Importance. • Objectives of Monetary Policy • Monetary Policy since 2007-2009 Financial Crisis. • Monetary Policy post Covid-19 pandemic and the changed geo-political scenario - new strategies, aims and instruments. • Monetary Policy in Emerging Markets • Money View v/s Credit View	18
2	**Modern Monetary Theory (MMT):** • Meaning and History • Implications of MMT and its impact on the economy • Challenges and potential risks in implementing MMT • MMT from India's Perspective.	11
3	**Monetary Policy and Economic Growth in Developing Countries:** • Accommodative v/s Stabilisation Monetary Policy • Design of Monetary Policy - Exchange rate stability, Price level stability or Output Growth • Effectiveness of Monetary Policy	12
4	**Monetary Policy in India:** • Types of Monetary Policy. Expansionary v/s Contractionary Monetary Policy • Instruments of Monetary Policy of RBI- Quantitative Instruments and Qualitative Instrument • Monetary Policy Committee (MPC) of RBI- Composition and Functions. • Review of Monetary Policy of the RBI in the last five Years. • Recent policy changes announced by the RBI.	18

❖ अनुक्रमणिका ❖

प्रकरण १

आधुनिक चलनविषयक धोरणाचे अवलोकन

▶ प्रस्तावना :

चलनविषयक धोरण ही अशी प्रक्रिया आहे ज्याद्वारे सरकार, मध्यवर्ती बँक (भारतातील आरबीआय) किंवा देशाचे आर्थिक प्राधिकरण पैशाचा पुरवठा, पैशाची उपलब्धता, पैशाची किंमत किंवा व्याजदर यावर अर्थव्यवस्थेच्या वाढीच्या स्थिरतेच्या दिशेने नियंत्रण ठेवते. चलनविषयक सिद्धांत इष्टतम चलनविषयक धोरण कसे तयार करावे याबद्दल अंतर्दृष्टी प्रदान करतो. किमतीची स्थिरता राखणे आणि अर्थव्यवस्थेच्या उत्पादक क्षेत्रांना पुरेसा पतपुरवठा सुनिश्चित करणे हो चलनविषयक धोरणाची उद्दिष्टे आहेत. राष्ट्रीय चलनाची स्थिरता (प्रचलित आर्थिक परिस्थिती पाहिल्यानंतर), रोजगार आणि उत्पन्नातील वाढ देखील पाहिली जाते. चलनविषयक धोरण दीर्घ आणि परिवर्तनीय कालावधीद्वारे वास्तविक क्षेत्रावर परिणाम करते, तर वित्तीय बाजारपेठांवर देखील अल्पकालीन परिणाम होतो.

▶ १.१ चलनविषयक धोरण :

रिझर्व्ह बँकेला चलनविषयक धोरण दक्षतापूर्वक आखावे लागते. कारण यावरच संपूर्ण देशाची अर्थव्यवस्था अवलंबून असते. या धोरणाची अंमलबजावणी ही परिणामकारकरीत्या होणे गरजेचे असते. देशाच्या अर्थव्यवस्थेचे स्वरूप लक्षात घेऊन चलनविषयक धोरण निश्चित केले जाते. देशाच्या अर्थव्यवस्थेला स्थैर्य प्राप्त होऊन आर्थिक विकास गतीशील व्हावा हा हेतू असतो. चलनविषयक धोरणाचे तंत्र हे मध्यवर्ती बँकेच्या पतठेवीच्या नियंत्रण व्यवस्थेवरच्या तंत्रासारखे आहे. चलनविषयक धोरणामध्ये विविध तंत्राचा वापर होतो. त्यामध्ये खुल्या बाजारातील निधीविषयक आवश्यकता निवडक्षम पतनियंत्रण अशा घटकांचा त्यामध्ये समावेश होतो.

१.१.१ अर्थ :

चलनविषयक धोरण म्हणजे आर्थिक उद्दिष्टांच्या प्राप्तीसाठी द्रव्य पुरवठ्यावर नियंत्रण करण्याबाबत देशातील मध्यवर्ती बँकेने स्वीकारलेले धोरण होय. चलनविषयक धोरणास भारतातील रिझर्व्ह बँकेचे पैसा व्यवस्थापन धोरण असे देखील म्हटले जाते. अर्थव्यवस्थेत पैशाचा पुरवठा किती होईल? व्याजाचा अनुपान दर किती असेल? पैशाची स्वत:ची

निर्मिती क्षमता कशा पद्धतीने वाढवता येईल? इत्यादी काही प्रश्नाचा संबंध चलनविषयक धोरणांशी आहे. वरील प्रश्न समजून घेणे. चलनविषयक धोरण हे अर्थव्यवस्थेतील पैशाची मागणी, पुरवठा, खर्च व पत उपलब्धता यांच्याशी संबंधित आहे.

१.१.२ व्याख्या :

चलनविषयक धोरणाच्या व्याख्या पुढीलप्रमाणे स्पष्ट करता येतील :

१) हॅरि जी. जॉन्सन :

''सर्वसाधारण आर्थिक धोरणाची उद्दिष्टे साध्य करण्याचे एक साधन म्हणून मध्यवर्ती बँकेचे पैशाच्या पुरवठ्याच्या नियंत्रणाचे धोरण म्हणजे चलनविषयक धोरण होय.''

२) प्रा. राईट्समन :

''निश्चित व्यापक आर्थिक उद्दिष्टे साध्य करण्याच्या हेतूने पैशाचा पुरवठा व पतस्थिती नियंत्रणासाठी मध्यवर्ती बँकेकडून करण्यात येणारे जाणिवपूर्वक प्रयत्न म्हणजे चलनविषय धोरण होय.''

३) पॉल एन्झिंग :

''चलनविषयक धोरणात चलनविषयक आणि बिगर चलनविषयक ध्येय असलेल्या सर्व चलनविषयक निर्णयांचा, उपायांचा आणि चलनविषयक व्यवस्थेवर परिणाम करणाऱ्या सर्व बिगर चलनविषयक निर्णय व उपायांचा समावेश होतो.''

४) ए. जे. शापीरो :

''चलनविषयक धोरण म्हणजे आर्थिक धोरणधाचे उद्दिष्ट साध्य करण्यासाठी आणि पैशाच्या पुरवठ्यावर नियंत्रण ठेवण्यासाठी मध्यवर्ती बँकेंने उपयोगात आणलेले एक साधन होय.''

१.१.३ चलनविषयक धोरणाची व्याप्ती :

चलनविषयक धोरणाच्या व्याप्तीमध्ये उद्दिष्टे, साधने आणि अर्थव्यवस्थेतील प्रभावाच्या क्षेत्रांचा समावेश होतो. पुढील मुद्द्यांचा आधारे त्याचा आढावा घेता येईल :

१) महागाई नियंत्रण :

चलनविषयक धोरणाचे एक प्राथमिक उद्दिष्ट म्हणजे चलनवाढीचे दर स्वीकार्य मर्यादेत व्यवस्थापित करणे आणि स्थिर करणे. मध्यवर्ती बँका मुद्रा पुरवठ्यावर प्रभाव टाकण्यासाठी व्याजदर समायोजन, राखीव आवश्यकता आणि खुल्या बाजारातील कार्यपद्धती यासारख्या विविध साधनांचा वापर करतात, ज्याचा उद्देश क्रयशक्ती कमी करणे आणि अर्थव्यवस्था अस्थिर करणे असतो. व्याजदर ठरवून ते कर्ज घेणे आणि खर्चाचे नियमन करतात आणि महागाईच्या दबावावर परिणाम करतात.

२) वित्तीय स्थिरता :

एकूणच वित्तीय स्थैर्य राखण्यासाठी चलनविषयक धोरण महत्त्वाची भूमिका बजावते. अत्याधिक भरभराट आणि अडथळे टाळून शाश्वत आर्थिक विकास साधण्याचे उद्दिष्ट असते. चलन पुरवठा आणि पत उपलब्धता यामध्ये हस्तक्षेप करून, मध्यवर्ती बँका व्यवसाय चक्रात मध्यम चढ-उतार करण्याचा प्रयत्न करतात, ज्यामुळे तीव्र मंदीची किंवा अतिउत्साही अर्थव्यवस्थांची शक्यता कमी होते.

३) व्याजदर व्यवस्थापन :

मध्यवर्ती बँका चलनविषयक धोरणाचा वापर व्याजदर मापदंड निश्चित करण्यासाठी करतात; ज्यामुळे ग्राहक, व्यवसाय आणि बँकांसाठी कर्ज घेण्याच्या खर्चावर परिणाम होतो. हे दर समायोजित करून, त्यांचे उद्दिष्ट वित्तीय

क्रियाकलापांना चालना देणे किंवा नियंत्रित करणे आहे. कमी व्याजदर कर्ज घेऊन खर्च करण्यास प्रोत्साहन देतात, गुंतवणूक आणि उपभोग यांना प्रोत्साहन देतात, तर उच्च दर जास्त कर्ज घेण्यास लगाम घालू शकतात आणि अर्थव्यवस्थेच्या अतितापनास प्रतिबंध करू शकतात.

४) विनिमय दर स्थिरता :

चलनविषयक धोरणाचा विनिमय दरांवर अप्रत्यक्षपणे प्रभाव पडतो. मध्यवर्ती बँकांनी केलेल्या कृतींचा देशाच्या चलन मूल्यावर परिणाम होतो, ज्यामुळे आंतरराष्ट्रीय व्यापार, भांडवली प्रवाह आणि परदेशी गुंतवणूक प्रभावित होते. व्याज दर आणि पैशांचा पुरवठा व्यवस्थापित करून, मध्यवर्ती बँका जागतिक बाजारपेठांमध्ये स्थिरता आणि स्पर्धात्मकता राखण्यासाठी विनिमय दरांवर प्रभाव टाकतात.

५) बेरोजगारी कमी करणे :

प्रामुख्याने किमतीच्या स्थिरतेवर लक्ष केंद्रित करताना, चलनविषयक धोरण देखील रोजगाराच्या उद्दिष्टांमध्ये योगदान देते. व्याजदर समायोजन आणि क्रेडिट उपलब्धता याद्वारे अनुकूल आर्थिक पर्यावरण निर्माण करून, मध्यवर्ती बँका रोजगार निर्मितीला प्रोत्साहन देणाऱ्या आणि बेरोजगारीचा दर कमी करणाऱ्या परिस्थिती निर्माण करण्याचे उद्दिष्ट ठेवतात.

६) वित्तीय बाजारपेठांचे नियमन :

चलनविषयक धोरणामध्ये वित्तीय बाजारपेठांचे नियमन समाविष्ट आहे. मध्यवर्ती बँका बँकिंग संस्थांची स्थिरता आणि सुदृढता सुनिश्चित करण्यासाठी त्यांचे निरीक्षण आणि नियमन करतात. ते वित्तीय संकटांना रोखण्यासाठी उपायांची अंमलबजावणी करतात, जसे की राखीव आवश्यकता निश्चित करणे किंवा तरलतेच्या कमतरतेच्या काळात बाजारात हस्तक्षेप करणे.

७) पत उपलब्धता आणि गुंतवणूक :

चलनविषयक धोरणाद्वारे मध्यवर्ती बँका कर्जाची उपलब्धता आणि खर्च यावर प्रभाव टाकतात. व्याज दर आणि राखीव आवश्यकता समायोजित करून, ते कर्ज देण्यास प्रोत्साहन देतात किंवा परावृत्त करतात, व्यवसाय आणि व्यक्तींच्या गुंतवणूक निर्णयांवर परिणाम करतात. हे उत्पादक क्रियाकलापांमधील गुंतवणुकीची पातळी निश्चित करून आर्थिक वृद्धीवर परिणाम करते.

८) ग्राहक आणि व्यावसायिक आत्मविश्वास :

चलनविषयक धोरणाची परिणामकारकता आणि विश्वासार्हता ग्राहक आणि व्यावसायिक आत्मविश्वास प्रभावित करते. स्पष्ट आणि सातत्यपूर्ण चलनविषयक धोरण उपायांमुळे किमती, व्याजदर आणि एकूण आर्थिक परिस्थिती स्थिरता, खर्च आणि गुंतवणुकीला प्रोत्साहन मिळू शकते.

९) आंतरराष्ट्रीय व्यापार आणि भांडवली प्रवाह :

चलनविषयक धोरण निर्णय परदेशी गुंतवणूकदारांसाठी देशाच्या आकर्षणावर परिणाम करतात आणि आंतरराष्ट्रीय व्यापार संतुलनावर परिणाम करतात. व्याजदर आणि चलन मूल्यांमधील बदल भांडवलाच्या प्रवाहावर परिणाम करू शकतात, ज्यामुळे परदेशी गुंतवणूक आकर्षित करण्याच्या देशाच्या क्षमतेवर आणि त्याच्या व्यापार स्पर्धात्मकतेवर परिणाम होतो.

१०) धोरण समन्वय :

चलनविषयक धोरण व्यापक आर्थिक उद्दिष्टे साध्य करण्यासाठी राजकोषीय धोरणाच्या संयोगाने कार्य करते. वित्तीय व्यवस्थापनासाठी संतुलित दृष्टीकोन सुनिश्चित करून, चलनविषयक आणि राजकोषीय अधिकारी यांच्यातील

प्रभावी समन्वय धोरणात्मक उपायांची एकूण परिणामकारकता वाढवतो. परस्परविरोधी धोरणात्मक उद्दिष्टे कमी करण्यासाठी आणि शाश्वत आर्थिक विकासाला चालना देण्यासाठी सहकार्य करते.

१.१.४ चलनविषयक धोरणाचे महत्त्व :

वित्तीय व्यवस्थापनामध्ये चलनविषयक धोरणाला महत्त्व आहे आणि अर्थव्यवस्थेच्या विविध पैलूंना आकार देण्यात ते महत्त्वाची भूमिका बजावते.

१) तरलता व्यवस्थापन :

अर्थव्यवस्थेतील तरलता व्यवस्थापित करणे ही चलनविषयक धोरणाची प्राथमिक भूमिका आहे. मध्यवर्ती बँका व्याजदर, राखीव आवश्यकता समायोजित करून आणि खुल्या बाजारातील कार्यपद्धती आयोजित करून पैशाचा पुरवठा नियंत्रित करतात. तरलतेचे नियमन करून, ते चलनवाढीचा दबाव न आणता वित्तीय क्रियाकलापांना समर्थन देण्यासाठी पैशाचा पुरेसा प्रवाह असल्याचे सुनिश्चित करतात.

२) व्याज दर लक्ष्यीकरण :

चलनविषयक धोरणाचे उद्दिष्ट व्याजदरांवर प्रभाव टाकणे आहे; ज्याचा कर्ज घेणे, खर्च करणे आणि गुंतवणुकीवर खोलवर परिणाम होतो. मध्यवर्ती बँका वित्तीय क्रियाकलाप चालविण्यासाठी धोरण दर वापरतात. कमी दर कर्ज घेण्यास प्रोत्साहन देतात आणि आर्थिक वृद्धीस चालना देतात, तर उच्च दरांमुळे अतितापन अर्थव्यवस्था थंड होते.

३) महागाई आणि चलनवाढ नियंत्रण :

चलनवाढ नियंत्रित करणे ही चलनविषयक धोरणाची प्रमुख भूमिका आहे. चलन पुरवठा आणि व्याजदर व्यवस्थापित करून, मध्यवर्ती बँका वित्तीय स्थिरतेसाठी अनुकूल लक्ष्य श्रेणीमध्ये चलनवाढ ठेवण्याचे उद्दिष्ट ठेवतात. त्याचप्रमाणे, चलनवाढीच्या काळात त्या व्याजदर कमी करून आणि तरलता अंत:क्षेपण देऊन मागणीला चालना देण्याचे काम करतात.

४) वित्तीय स्थिरता :

वित्तीय संस्था आणि बाजारपेठा यांची स्थिरता राखण्यात चलनविषयक धोरण महत्त्वाची भूमिका बजावते. नियामक उपायांद्वारे, जसे की राखीव आवश्यकता निश्चित करणे आणि तणावाच्या चाचण्या घेणे, चलनविषयक धोरणाचे उद्दिष्ट प्रणालीगत जोखीम रोखणे आणि वित्तीय व्यवस्थेची सुदृढता सुनिश्चित करणे आहे.

५) विनिमय दर स्थिरता :

प्रत्यक्ष लक्ष्य नसतानाही चलनविषयक धोरण अप्रत्यक्षपणे विनिमय दरांवर प्रभाव टाकते. मध्यवर्ती बँकांच्या कृती चलन मूल्यांवर परिणाम करतात, व्यापार स्पर्धात्मकता आणि भांडवली प्रवाहावर परिणाम करतात. अस्थिरतेच्या काळात विनिमय दर स्थिर करण्यासाठी धोरणे लागू केली जातात.

६) दीर्घकालीन आर्थिक वृद्धी :

व्याजदर समायोजन आणि पत उपलब्धता याद्वारे गुंतवणूक आणि खर्चासाठी अनुकूल पर्यावरण निर्माण करून, चलनविषयक धोरण दीर्घकालीन आर्थिक वृद्धीस समर्थन देते. स्थिर आणि अनुकूल धोरणे व्यवसायांना गुंतवणूक आणि नवनवीन शोध घेण्यास प्रोत्साहित करतात.

७) रोजगार निर्मिती आणि बेरोजगारी :

प्राथमिक उद्दिष्ट नसताना, आर्थिक विकासाला समर्थन देऊन चलनविषयक धोरण अप्रत्यक्षपणे रोजगाराच्या पातळीवर प्रभाव टाकते. कमी व्याजदर व्यवसायांना वाढवण्यास आणि रोजगाराच्या संधी निर्माण करण्यास प्रोत्साहित करू शकतात, रोजगार निर्मितीमध्ये योगदान देतात आणि बेरोजगारी दर कमी करतात.

८) अरिष्ठ व्यवस्थापन :

वित्तीय अरिष्ठ किंवा आर्थिक मंदीच्या काळात, चलनविषयक धोरण अर्थव्यवस्थेला स्थिर करण्यासाठी महत्त्वपूर्ण ठरते. मध्यवर्ती बँका तरलतेची कमतरता दूर करण्यासाठी आणि वित्तीय बाजारपेठांना समर्थन देण्यासाठी परिमाणात्मक सुलभता किंवा आपत्कालीन तरलता प्रदान करण्यासारख्या अपारंपरिक उपाययोजना वापरतात.

९) धोरणात्मक उपायांचे प्रसारण :

आर्थिक धोरणात्मक उपायांचे व्यापक अर्थव्यवस्थेत प्रभावी प्रसारण महत्त्वाचे आहे. मध्यवर्ती बँका हे सुनिश्चित करण्यासाठी कार्य करतात की धोरण दर आणि इतर साधनांमधील बदल कार्यक्षमतेने संप्रेषित केले जातात आणि कर्ज घेणे, खर्च करणे व गुंतवणुकीच्या निर्णयांवर अपेक्षित प्रभाव पडतो.

१०) धोरण लवचिकता आणि अनुकूलता :

चलनविषयक धोरणाची भूमिका बदलत्या आर्थिक परिस्थितीला प्रतिसाद देण्यासाठी अनुकूलता आणि लवचिकतेपर्यंत विस्तारित आहे. मध्यवर्ती बँकांना त्यांच्या धोरणांचे सतत पुनर्मूल्यांकन करणे आणि विकसित होत असलेली आर्थिक आव्हाने आणि अनिश्चितता दूर करण्यासाठी, त्यांच्या उपाययोजनांची परिणामकारकता कालांतराने सुनिश्चित करणे आवश्यक आहे.

१.१.५ चलनविषयक धोरणाची उद्दिष्टे :

चलनविषयक धोरण अनेक उद्दिष्टे साध्य करण्याचा प्रयत्न करते. या धोरणाचा प्राथमिक हेतू विकासाला चालना देणारे आणि वाजवी किंमत स्थिरता राखणारे वातावरण सक्षम करणे हा आहे. भारतातील चलनविषयक धोरणाची काही उद्दिष्टे खालीलप्रमाणे आहेत :

१) रोजगार निर्मिती :

चलनविषयक धोरण लघु आणि मध्यम उद्योजक व उत्पादक क्षेत्रांना सवलतीच्या दरात कर्ज देऊन रोजगाराला प्रोत्साहन देते. अधिक रोजगार निर्मितीसाठी बेरोजगार तरुणांना विशेष कर्ज योजना देखील प्रदान करते.

२) किंमत स्थिरता :

भारताच्या चलनविषयक धोरणाच्या प्रमुख उद्दिष्टांपैकी एक म्हणजे अर्थव्यवस्थेत किंमत स्थिरता राखते, ते अर्थव्यवस्थेच्या महागाई दरावर नियंत्रण ठेवते. शिवाय, चलन पुरवठा किंमतीच्या पातळीवर परिणाम करते, म्हणून चलनविषयक धोरण किंमत स्थिरता राखण्यासाठी पैशाचा पुरवठा व्यवस्थापित करते.

३) वित्तीय बाजारपेठांची स्थिरता :

वित्तीय बाजारपेठेतील स्थिरता हे चलनविषयक धोरणाचे उद्दिष्ट स्पष्ट करण्याचा एक मार्ग आहे. देशाची मध्यवर्ती बँक तयार करण्याचे प्रमुख कारण म्हणजे अधिक सुरक्षित वित्तीय प्रणाली विकसित करणे. असाच एक मार्ग म्हणजे जेव्हा एखादी मध्यवर्ती बँक अपयशी झाल्यास वित्तीय भीती टाळून स्थिरतेला प्रोत्साहन देते. हे सावकार म्हणून काम करते आणि अशा बँकांना निधी पुरवते. याव्यतिरिक्त, मध्यवर्ती बँक अखेरीस नाणेबाजारातीलनिधीचा शेवटचा स्त्रोत आहे.

४) परकीय चलन बाजारपेटीची स्थिरता :

भारतीय अर्थव्यवस्थेत आंतरराष्ट्रीय व्यापारात वाढ झाल्यामुळे रुपयाचे मूल्य आरबीआयसाठी महत्त्वपूर्ण घटक बनले आहे. जर रुपयाच्या मूल्यात वाढ झाली तर त्यामुळे भारतीय उद्योग परदेशातील उद्योगांच्या तुलनेत कमी स्पर्धात्मक बनतात. तथापि, जर त्यात घट झाली तर ते भारतातील महागाई दर वाढवते.

५) व्याज दर स्थिरता :

व्याजदराची स्थिरता अत्यावश्यक आहे कारण त्यात चढ-उतार झाल्यास अर्थव्यवस्थेत बरीच अनिश्चितता निर्माण होते. यामुळे भविष्यासाठी योजना करणे अधिक कठीण होते. व्याजदरांमध्ये खूप चढ-उतार होत असल्यास, घर किंवा कार यासारख्या टिकाऊ वस्तू खरेदी करण्याच्या इच्छेवर परिणाम होईल. याचा दीर्घकाळ अर्थव्यवस्थेवर थेट परिणाम होईल.

६) आर्थिक वृद्धी :

आर्थिक विकासासाठी अर्थव्यवस्थेमध्ये पैसा आणि पत यांचा आवश्यक पुरवठा सुनिश्चित करणे हे चलनविषयक धोरणाचे प्रमुख उद्दिष्ट आहे. हे महत्त्वाचे आहे कारण भारताच्या आर्थिक विकासासाठी आणि पुरेशा पत उपलब्धतेसाठी या गोष्टी महत्त्वाच्या आहेत. हे उद्दिष्ट रोजगाराच्या वाढीशी देखील संबंधित आहे कारण जेव्हा बेरोजगारी कमी असते तेव्हा उत्पादकता वाढवण्यासाठी व्यवसाय त्यांच्या भांडवली उपकरणांमध्ये अधिक गुंतवणूक करतात व आर्थिक वृद्धीस हातभार लावतात.

७) व्यवसाय चक्र नियंत्रित करणे :

व्यवसाय चक्रात वेगवेगळ्या टप्प्यांचा समावेश असतो, त्यापैकी तेजी आणि मंदी हे सर्वात मोठे असते आणि चलनविषयक धोरण त्यांच्यावर नियंत्रण ठेवते. जेव्हा एखादा व्यवसाय तेजीच्या टप्प्यातून जातो तेव्हा पैशाचा पुरवठा कमी करण्यासाठी आणि महागाई रोखण्यासाठी पतपुरवठा कमी केला जातो. तथापि, मंदीच्या अवस्थेत पैशाचा पुरवठा वाढवण्यासाठी पतपुरवठा वाढवला जातो, ज्यामुळे अर्थव्यवस्थेत एकूण मागणी विकसित होते.

८) एकूण मागणी व्यवस्थापित करणे :

बाजारातील एकूण मागणीचा उपयोग चलनविषयक धोरणाच्या उद्दिष्टांवर चर्चा करण्यासाठी केला जातो. मध्यवर्ती बँक अर्थव्यवस्थेतील वस्तू आणि सेवांच्या एकूण पुरवठ्याद्वारे एकूण मागणी स्थिर करण्याचा प्रयत्न करते. एकूण मागणीत वाढ झाल्यास, कर्जाचा विस्तार केला जातो आणि व्याजदर कमी होतो. कमी व्याजदरामुळे आपणास वस्तू आणि सेवा खरेदी करण्याची मुभा मिळते, एकूण उत्पन्नाची मागणी वाढते.

९) बँक व्यवसायाचे नियमन आणि विस्तार :

रिझर्व्ह बँक ऑफ इंडिया भारतीय अर्थव्यवस्थेतील बँकिंग प्रणालीचे नियमन करते. देशाच्या प्रत्येक भागात बँक व्यवसायाचा विस्तार केला आहे. ते कृषी कर्जाला चालना देण्यासाठी, ग्रामीण शाखा स्थापन करण्यासाठी बँकांना नियम जारी करते. मात्र, सरकारने याच उद्देशासाठी वेगवेगळ्या सहकारी आणि ग्रामीण बँकाही स्थापन केल्या आहेत.

१०) प्राधान्य क्षेत्रासाठी अधिक पतपुरवठा सुनिश्चित करणे :

अर्थव्यवस्थेच्या प्राधान्य क्षेत्राला अधिक निधी उपलब्ध करून देणे हे चलनविषयक धोरणाचे प्रमुख उद्दिष्ट आहे. अशा क्षेत्रांसाठी व्याजदर कमी करून हे केले जाते. या क्षेत्रांमध्ये लघुउद्योग, कृषी क्षेत्र आणि समाजातील आर्थिकदृष्ट्या दुर्बल घटकांचा समावेश होतो.

११) निर्यात आणि पर्यायी आयातीला चालना :

चलनविषयक धोरण उद्योगांना शिल्लक पेमेंटची स्थिती सुधारण्यासाठी प्रोत्साहन देते आणि मदत करते. हे या क्षेत्रांना प्रोत्साहन देण्यासाठी निर्यात आणि आयात युनिट्सना कमी व्याजदर कर्जाची रक्कम प्रदान करते.

▶ १.२ २००७–२००९ च्या वित्तीय अरिष्ठापासूनचे चलनविषयक धोरण :

२००७–२००९ च्या वित्तीय अरिष्ठापासून, जागतिक चलनविषयक धोरणात गहन परिवर्तन झाले. फेडरल रिझर्व्हसह मध्यवर्ती बँकांनी शून्य किंवा जवळपास–शून्य व्याजदर, परिमाणात्मक सुलभीकरण आणि आर्थिक पुनर्प्राप्तीला चालना देण्यासाठी अग्रेषित मार्गदर्शन यासारख्या अपारंपरिक साधनांचा वापर केला. चलनवाढीचे लक्ष्यीकरण अधिक स्पष्ट झाले आणि परस्परसंबंधित वित्तीय बाजारांना संबोधित करण्यासाठी जागतिक समन्वयाचे प्रयत्न वाढले. वित्तीय स्थिरता वाढविण्यासाठी समग्र दृष्टिकोनातून धोरणे स्वीकारण्यात आली आणि मध्यवर्ती बँकांनी अधिक पारदर्शकपणे संवाद साधला. ताळेबंद सामान्यीकरणाची प्रक्रिया अर्थव्यवस्था सुधारली म्हणून सुरू झाली. नवीन आव्हानांशी जुळवून घेत, मध्यवर्ती बँकांना तांत्रिक प्रगती आणि कोविड–१९ महामारीच्या प्रभावाचा सामना करावा लागला, ज्याने गतिशील वित्तीय परिप्रेक्षाशी समायोजन करण्यासाठी त्यांची सतत वचनबद्धता दर्शविली.

१) अपारंपरिक चलनविषयक धोरण साधने :

२००७–२००९ च्या वित्तीय संकटाच्या पार्श्वभूमीवर मध्यवर्ती बँका जागतिक स्तरावर अपारंपरिक चलनविषयक धोरण साधनांकडे वळल्या. यामध्ये शून्य किंवा शून्याच्या जवळपास व्याजदरांचा समावेश होता, जे पारंपारिक चलनविषयक धोरणातून बाहेर पडल्याचे चिन्हांकित करते. मध्यवर्ती बँका, जसे की फेडरल रिझर्व्ह, अग्रेषित मार्गदर्शन आणि मोठ्या प्रमाणात मालमत्ता खरेदीमध्ये गुंतलेली आहे, सामान्यत: परिमाणात्मक सुलभीकरण (QE) म्हणून ओळखली जाते. वित्तीय बाजारपेठांमध्ये तरलता अंत:क्षेपण करणे, दीर्घकालीन व्याजदर कमी करणे आणि वित्तीय क्रियाकलापांना चालना देणे हे उद्दिष्ट होते. या अपारंपरिक साधनांच्या वापरामुळे वित्तीय संकटामुळे निर्माण झालेल्या अनन्य आव्हानांना तोंड देण्यासाठी नाविन्यपूर्ण पध्दतीची आवश्यकता असल्याचे दिसून आले.

२) शून्य किंवा शून्याच्या–जवळपास व्याजदर :

मध्यवर्ती बँकांनी कर्ज घेणे आणि खर्च करण्यास प्रोत्साहन देण्यासाठी ऐतिहासिकदृष्ट्या कमी व्याज दरांचा दीर्घ कालावधी लागू केला आणि शेवटी आर्थिक विकासाला चालना दिली. उदाहरणार्थ, फेडरल रिझर्व्हने विस्तारित कालावधीसाठी फेडरल फंड दर शून्याच्या जवळ ठेवला. या धोरणाचा उद्देश व्यवसाय आणि ग्राहकांसाठी कर्ज घेणे अधिक परवडणारे बनवणे, आर्थिक पुनर्प्राप्ती सुरू करण्यासाठी गुंतवणूक आणि उपभोग यांना प्रोत्साहन देणे आहे. व्याजदर कमी ठेवण्याच्या वचनबद्धतेने संकटानंतर आर्थिक विस्ताराला पाठिंबा देण्यासाठी मध्यवर्ती बँकांचे समर्पण अधोरेखित केले.

३) परिमाणात्मक सुलभीकरण :

संकटानंतरच्या चलनविषयक धोरणात लक्षणीय बदल म्हणजे मध्यवर्ती बँकांनी परिमाणात्मक सुलभीकरणाचा अवलंब केला. परिमाणात्मक सुलभीकरणामध्ये मोठ्या प्रमाणावर वित्तीय मालमत्तेची खरेदी होते, जसे की सरकारी रोखे आणि तारण–बंधपत्रे प्रतिभूती. दीर्घकालीन व्याजदर कमी करणे आणि कर्ज देणे तसेच गुंतवणुकीला प्रोत्साहन देणे हे वित्तीय प्रणालीमध्ये तरलतेचे ध्येय आहे. फेडरल रिझर्व्हच्या परिमाणात्मक सुलभीकरण कार्यक्रमांनी अनेक टप्पे व्यापलेले, वित्तीय बाजारपेठा स्थिर करण्यात आणि अभूतपूर्व पातळीवरील चलनविषयक सोयी प्रदान करून आर्थिक पुनर्प्राप्ती वाढविण्यात महत्त्वपूर्ण भूमिका बजावली.

४) अग्रेषित मार्गदर्शन :

मध्यवर्ती बँका त्यांचे भविष्यातील धोरण हेतू संप्रेषण करण्यासाठी एक साधन म्हणून अग्रेषित मार्गदर्शनाकडे वळत आहेत. अग्रेषित मार्गदर्शनामध्ये व्याजदरांच्या अपेक्षित भविष्यातील मार्गाबद्दल स्पष्ट संकेत प्रदान करणे,

बाजाराच्या अपेक्षा आणि आर्थिक वर्तनावर परिणाम करणे समाविष्ट आहे. उदाहरणार्थ, फेडरल रिझर्व्हने अनिश्चित आर्थिक पर्यावरणात स्थिरता आणि भविष्यसूचकता वाढवणे, अनुकूल चलनविषयक धोरणाच्या निरंतरतेबद्दल आणि बाजारातील सहभागींना खात्री देण्यासाठी अग्रेषित मार्गदर्शन वापरले.

५) महागाई लक्ष्यीकरण :

वित्तीय संकटाला प्रतिसाद म्हणून मध्यवर्ती बँकांनी चलनवाढ लक्ष्यीकरणावर नूतनीकरण भर देऊन त्यांची चलनविषयक धोरण चौकट परिष्कृत केली. फेडरल रिझर्व्हने, इतरांसह २% चे अधिक स्पष्ट महागाई लक्ष्य स्वीकारले. यामुळे चलनवाढीची मध्यम पातळी गाठण्यासाठी आणि कायम राखण्यासाठी, किमतीच्या स्थिरतेला चालना देण्यासाठी आणि चलनवाढीच्या अपेक्षांवर नियंत्रण ठेवण्यासाठी वचनबद्धतेचे संकेत मिळाले. विशिष्ट चलनवाढ लक्ष्याचा अवलंब केल्याने चलनविषयक धोरणासाठी एक स्पष्ट चौकट, संवाद आणि उत्तरदायित्वासाठी मदत झाली.

६) जागतिक समन्वय :

जागतिक वित्तीय बाजारपेठेतील परस्परसंबंध ओळखून मध्यवर्ती बँका अभूतपूर्व पातळीवरील समन्वयामध्ये गुंतल्या आहेत. संयुक्त धोरण विधाने, माहितीची देवाणघेवाण आणि समक्रमित चलनविषयक धोरण क्रिया ही जागतिक अर्थव्यवस्था स्थिर करण्यासाठी आवश्यक साधने बनली. चलन अदलाबदल करारांसारख्या सहयोगी प्रयत्नांमुळे तरलता आव्हाने आणि संसर्गाच्या जोखमींना तोंड देण्यास मदत झाली, ज्यामुळे संकटानंतरच्या वित्तीय परिदृश्याच्या गुंतागुंतींशी समायोजित करण्यासाठी आंतरराष्ट्रीय सहकार्याचे महत्त्व दिसून आले.

७) समग्र-दूरदृष्टीपूर्ण धोरणे :

वित्तीय संकटातून मिळालेल्या धड्याला प्रतिसाद म्हणून, मध्यवर्ती बँकांनी समग्र-दूरदृष्टीपूर्ण धोरणे अधिकाधिक स्वीकारली. ही साधने वित्तीय व्यवस्थेतील प्रणालीगत जोखीम आणि भेद्यता दूर करण्यावर लक्ष केंद्रित करतात. वित्तीय संस्थांची लवचिकता वाढवण्याच्या उद्देशाने भांडवली बफर, तणाव चाचणी आणि इतर नियामक हस्तक्षेपांचा समावेश असलेल्या उपाययोजनांमध्ये समावेश आहे. पारंपारिक चलनविषयक धोरणाला पूरक बनवून, समग्र-दूरदृष्टीपूर्ण धोरणाचा उद्देश जास्त जोखीम कमी करणे आणि एकूण वित्तीय स्थिरतेसाठी योगदान देणे आहे.

८) ताळेबंद सामान्यीकरण :

जागतिक अर्थव्यवस्थेने पुनर्प्राप्तीची चिन्हे दर्शविल्यामुळे मध्यवर्ती बँकांनी त्यांच्या ताळेबंदाचा विस्तार कमी करण्यासाठी धोरणांचा विचार करण्यास सुरुवात केली. फेडरल रिझर्व्हने ट्रेझरी सिक्युरिटीज आणि मॉर्टगेज-बॅक्ड सिक्युरिटीजचे होल्डिंग कमी करून ताळेबंद सामान्यीकरणाची प्रक्रिया हळूहळू सुरू केली. आर्थिक परिस्थिती सुधारल्यामुळे अधिक परंपरागत चलनविषयक धोरणाकडे परत येण्याचे संकेत देताना बाजारातील व्यत्यय टाळणे हे या धोरणाचे उद्दिष्ट आहे.

९) संप्रेषण धोरणे :

मध्यवर्ती बँकांनी बाजाराच्या अपेक्षा आणि सार्वजनिक समज मार्गदर्शन करण्यासाठी स्पष्ट आणि पारदर्शक संवादाचे महत्त्व ओळखले. अधिक तपशीलवार धोरण विधाने, पत्रकार परिषदा आणि दूरदर्शी मार्गदर्शन समाविष्ट करण्यासाठी संप्रेषण धोरणे विकसित झाली. फेडरल रिझर्व्हने धोरणात्मक हेतू, आर्थिक दृष्टीकोन आणि निर्णय घेण्याची प्रक्रिया व्यक्त करण्यासाठी त्यांचे प्रयत्न वाढवले आहेत, चलनविषयक धोरणाचा एक महत्त्वाचा घटक म्हणून त्याच्या संवादाची प्रभावीता वाढवली आहे.

१०) नवीन आव्हानांशी जुळवून घेणे :
वित्तीय संकटाच्या तात्काळ नंतर, मध्यवर्ती बँकांनी उदयोन्मुख आव्हानांना सामोरे जाण्यासाठी त्यांच्या चलनविषयक धोरण चौकटीचे रुपांतर करणे सुरू ठेवले. या आव्हानांमध्ये तांत्रिक प्रगती, लोकसंख्याशास्त्रीय बदल आणि कोविड-१९ साथीच्या रोगाचा परिणाम यांचा समावेश होता. या आव्हानांच्या उत्क्रांत स्वरूपामुळे मध्यवर्ती बँकांनी त्वरित आणि प्रतिसादात्मक राहण्याची गरज अधोरेखित केली, सतत बदलत्या आर्थिक परिदृश्यात परिणामकारकता सुनिश्चित करण्यासाठी चलनविषयक धोरण साधने समायोजित केली. स्थिरता, वृद्धी आणि चलनवाढ नियंत्रणाची प्राथमिक उद्दिष्टे राखून नवीन आर्थिक वास्तवांना संबोधित करण्यासाठी चालू असलेल्या अनुकूलनाने वचनबद्धता दर्शविली.

▶ १.३ कोविड-१९ महामारीनंतरचे चलनविषयक धोरण आणि बदललेली भौगोलिक-राजकीय परिस्थिती :

कोविड-१९ महामारीनंतर मध्यवर्ती बँकांनी ऐतिहासिकदृष्ट्या कमी व्याजदर, सतत परिमाणात्मक सुलभता आणि लक्ष्यित कर्ज कार्यक्रम याद्वारे वैशिष्ट्यीकृत, अनुकूल चलनविषयक धोरणे राखली आहेत. आर्थिक पुनर्प्राप्तीस समर्थन देणे, वित्तीय स्थिरता वाढवणे आणि बाजारातील तरलता टिकवणे यावर लक्ष केंद्रित केले जाते. नवीन रूपे आणि आर्थिक पुनरुत्थानांच्या आसपासच्या अनिश्चिततेच्या दरम्यान मध्यवर्ती बँका सावधपणे सामान्यीकरणाच्या दिशेने संक्रमण समायोजित करत आहेत, सावध राहून संभाव्य व्याजदर समायोजन आणि ताळेबंद कपात करण्याच्या योजना हळूहळू संप्रेषण करत आहेत आणि विकसित होत असलेल्या आर्थिक परिस्थितीशी जुळवून घेत आहेत. लवचिकता, स्पष्ट संप्रेषण आणि चालू असलेल्या आव्हानांना तोंड देण्यासाठी दक्षता यावर भर देणे शाश्वत आर्थिक लवचिकता सुनिश्चित करण्यासाठी त्यांची वचनबद्धता अधोरेखित करते.

१.३.१ कोविड-१९ महामारी नंतरचे चलनविषयक धोरण :

कोविड-१९ साथीच्या रोगाला प्रतिसाद म्हणून, मध्यवर्ती बँकांनी जगभरातील आर्थिक परिणाम कमी करण्यासाठी आणि पुनर्प्राप्तीला समर्थन देण्यासाठी अनेक चलनविषयक धोरण उपाय लागू केले :

१) अनुकूल व्याजदर :
जागतिक स्तरावर मध्यवर्ती बँका महामारीनंतर ऐतिहासिकदृष्ट्या कमी व्याजदर कायम ठेवत आहेत. या दरांचे उद्दिष्ट कर्ज घेणे, गुंतवणूक आणि खर्चाला चालना देणे, आर्थिक पुनर्प्राप्तीस समर्थन देणे आहे. तथापि, कमी दरांचा विस्तारित कालावधी संभाव्य मालमत्तेचे फुगे, जोखीम घेण्याची वर्तणूक आणि व्याज उत्पन्नावर अवलंबून असलेल्या बचतकर्त्यांसाठी आव्हाने याबद्दल चिंता निर्माण करतो.

२) परिमाणात्मक सहजता सुलभीकरण सातत्य :
अनेक मध्यवर्ती बँकांनी महामारीनंतर त्यांचे परिमाणात्मक सुलभीकरण कार्यक्रम सुरू ठेवले आहेत किंवा कमी केले आहेत. रोखे आणि मालमत्ता खरेदी करून त्यांचे उद्दिष्ट बाजारात तरलता आणणे, कर्ज घेण्याचा खर्च कमी करणे आणि वित्तीय बाजारातील व्यत्यय टाळणे हे आहे. या कार्यक्रमांना हळूहळू कमी करणे धोरण सामान्य करण्याच्या दिशेने सावध दृष्टिकोन दर्शवते.

३) अग्रेषित मार्गदर्शन आणि संप्रेषण :
बाजाराच्या अपेक्षांचे मार्गदर्शन करण्यासाठी मध्यवर्ती बँका अग्रेषित मार्गदर्शन प्रदान करतात. भविष्यातील धोरणात्मक हेतूंबद्दल स्पष्ट संप्रेषण बाजाराच्या धारणांना स्थिर करण्यास मदत करते, स्थिरता सुनिश्चित करते आणि अनिश्चित आर्थिक परिस्थितीमध्ये व्याजदर आणि धोरणाच्या मार्गाबाबत मार्गदर्शन प्रदान करते.

४) महागाईचा दबाव आणि धोरण समायोजन :

महामारीनंतरच्या वाढत्या महागाईच्या दबावामुळे मध्यवर्ती बँकांच्या धोरणात्मक दृष्टिकोनांमध्ये संभाव्य समायोजनांबद्दल चर्चा झाली आहे. काही क्षणिक घटक आणि किमतींवर परिणाम करणारे पुरवठा साखळीतील व्यत्यय लक्षात घेऊन चलनवाढीच्या लक्ष्यांचे पुनर्मूल्यांकन करत आहेत.

५) वित्तीय स्थिरतेसाठी समर्थन :

वित्तीय व्यवस्थेची लवचिकता सुनिश्चित करणे ही एक प्राथमिकता आहे. प्रणालीगत जोखीम टाळण्यासाठी, वित्तीय संस्था मजबूत करण्यासाठी आणि बदलत्या आर्थिक गतिशीलतेमध्ये स्थिरता राखण्यासाठी समग्र-दूरदृष्टी उपाय वापरले जातात.

६) लक्ष्यित कर्ज कार्यक्रम :

मध्यवर्ती बँकांनी साथीच्या रोगानंतरच्या सततच्या आव्हानांना तोंड देत असलेल्या विशिष्ट क्षेत्रांना समर्थन देण्यासाठी लक्ष्यित कर्ज कार्यक्रम लागू केले आहेत. या कार्यक्रमांचे उद्दिष्ट व्यवसायांना पतपुरवठा सुनिश्चित करणे, त्यांची पुनर्प्राप्ती सुलभ करणे हे आहे.

७) अनुकूलता आणि अनिश्चितता व्यवस्थापन :

साथीच्या रोगाचा अनिश्चित मार्ग आणि त्याचे आर्थिक परिणाम यासाठी मध्यवर्ती बँकांना अनुकूल राहण्याची आवश्यकता आहे. ते नियमितपणे आर्थिक परिस्थितीचे पुनर्मूल्यांकन करतात, संभाव्य जोखीम आणि आर्थिक परिदृश्यातील बदलांबद्दल जागरुक राहून पुनर्प्राप्तीला समर्थन देण्यासाठी आवश्यकतेनुसार धोरणात्मक उपाय समायोजित करतात.

८) जागतिक समन्वय आणि आव्हाने :

मध्यवर्ती बँकांमधील आंतरराष्ट्रीय सहकार्य महत्त्वपूर्ण आहे. समन्वय जागतिक आर्थिक आव्हाने व्यवस्थापित करण्यात मदत करतो, ज्यामध्ये विविध क्षेत्रांमधील पुनर्प्राप्ती मार्ग बदलणे, व्यापारातील व्यत्यय आणि चलनातील चढउतार यांचा समावेश आहे.

९) संभाव्य धोरण सामान्यीकरण :

धोरण सामान्यीकरणाभोवती चर्चा चालू आहे. काही मध्यवर्ती बँका व्याजदर वाढ आणि ताळेबंद कपात यासारख्या धोरणात्मक उपायांच्या अंतिम सामान्यीकरणाचा विचार करत असताना, या समायोजनांची गती आणि वेळ आर्थिक माहिती आणि पुनर्प्राप्तीच्या गतीवर अवलंबून असते.

१०) दीर्घकालीन वित्तीय लवचिकतेचे रक्षण करणे :

एकंदरीत, मध्यवर्ती बँका दीर्घकालीन वित्तीय लवचिकतेचे रक्षण करण्यावर साथीच्या रोगानंतरच्या केंद्रांवर लक्ष केंद्रित करतात. संभाव्य जोखमींचे निरीक्षण करून पुनर्प्राप्तीसाठी समतोल समर्थन स्थिरता सुनिश्चित करते, साथीच्या रोगानंतर उद्भवलेल्या अनिश्चिततेचे व्यवस्थापन करताना शाश्वत वृद्धीसाठी परिस्थिती निर्माण करते.

१.३.२ बदललेली भौगोलिक-राजकीय परिस्थिती :

कोविड-१९ नंतरच्या भू-राजकीय परिदृश्याने चलनविषयक धोरणावर अनेक प्रकारे प्रभाव टाकला आहे :

१) जागतिक आर्थिक पुनर्रचना :

भू-राजकीय संबंधांमधील बदल आणि व्यापार गतिशीलता यामुळे आर्थिक परस्परावलंबन बदलले आहे. मध्यवर्ती बँका त्यांच्या धोरणात्मक निर्णयांवर प्रभाव टाकून आर्थिक वृद्धी आणि चलनवाढ यांच्यावरील परिणामाचे मूल्यांकन करताना भौगोलिक-राजकीय ताणतणाव आणि व्यापार पद्धती बदलतात.

२) चलन हालचाली आणि विनिमय दर :

भू-राजकीय बदलांमुळे चलनात चढ-उतार निर्माण होऊ शकतात आणि विनिमय दरांवर परिणाम होऊ शकतो. मध्यवर्ती बँका या हालचालींचे बारकाईने निरीक्षण करतात, कारण अस्थिर चलने आंतरराष्ट्रीय व्यापार, भांडवली प्रवाह आणि चलनवाढीवर परिणाम करतात, चलन मूल्ये स्थिर करण्यासाठी चलनविषयक धोरणांमध्ये समायोजन करण्यास प्रवृत्त करतात.

३) महागाई आणि वस्तूंच्या किमतींवर होणारा परिणाम :

भू-राजकीय तणाव अनेकदा वस्तूंच्या किमतींवर विशेषतः तेल आणि इतर गंभीर संसाधनांवर परिणाम करतात. मध्यवर्ती बँका या किमतीतील चढउतारांचा विचार करतात कारण त्या महागाईच्या दबावात योगदान देतात, संभाव्य चलनवाढीच्या प्रभावांचे व्यवस्थापन करण्यासाठी धोरणात्मक प्रतिसादांना मार्गदर्शन करतात.

४) गुंतवणूक आणि बाजारातील अस्थिरता :

वाढलेल्या भौगोलिक-राजकीय अनिश्चिततेमुळे बाजारातील अस्थिरता वाढू शकते आणि गुंतवणूकदारांच्या प्रतिक्रियांवर परिणाम होऊ शकतो. स्थिरता राखण्याच्या उद्देशाने घेतलेल्या धोरणात्मक निर्णयांवर प्रभाव टाकून वित्तीय बाजार आणि गुंतवणुकीच्या प्रवाहावरील संभाव्य परिणामाचे मूल्यांकन करताना मध्यवर्ती बँका या जोखमींना कारणीभूत ठरतात.

५) जागतिक धोरण समन्वय :

भू-राजकीय बदलांमुळे मध्यवर्ती बँकांमधील जागतिक धोरण समन्वय वाढवणे आवश्यक असते. भौगोलिक-राजकीय तणावामुळे उद्भवलेल्या आव्हानांना तोंड देण्यासाठी, बाजारपेठा स्थिर करण्यासाठी आणि आर्थिक प्रभावांचे व्यवस्थापन करण्यासाठी एकसंध दृष्टीकोन सुनिश्चित करण्यासाठी सहयोगी प्रयत्न आवश्यक बनतात.

६) जोखीम मूल्यांकन आणि आकस्मिक नियोजन :

मध्यवर्ती बँका भू-राजकीय घटकांना वित्तीय स्थिरतेसाठी महत्त्वपूर्ण जोखीम मानून सर्वसमावेशक जोखीम मूल्यांकन करतात. हे मूल्यमापन भू-राजकीय बदलांमुळे उद्भवणारे संभाव्य व्यत्यय आणि वित्तीय बाजारातील अस्थिरतेच्या तयारीसाठी आकस्मिक नियोजन आणि तणाव चाचणी सुरु ठेवतात.

७) दीर्घकालीन आर्थिक परिणाम :

भू-राजकीय परिस्थितीतील बदलांचे दीर्घकालीन आर्थिक परिणाम निर्माण होतात. मध्यवर्ती बँका वृद्धीच्या मार्गावर, व्यापार संबंधांवर आणि जागतिक आर्थिक एकात्मतेवर संभाव्य प्रभावाचे मूल्यांकन करतात, धोरणात्मक निर्णयांवर प्रभाव टाकतात जे लवचिकता आणि अनुकूलतेला प्राधान्य देतात.

८) भू-राजकीय जोखीम आणि चलनविषयक धोरण व्यूहरचना :

व्यापार विवाद, मंजूरी किंवा प्रादेशिक संघर्ष यासारख्या भू-राजकीय जोखीम मध्यवर्ती बँकांना सावध चलनविषयक धोरण व्यूहरचना स्वीकारण्यास प्रवृत्त करतात. ते वित्तीय स्थैर्य राखण्यासाठी आणि अर्थव्यवस्थेला बाह्य धक्क्यांपासून रोखण्याच्या उद्देशाने उपाययोजनांना प्राधान्य देतात.

९) धोरण लवचिकता आणि संप्रेषण :

भू-राजकीय बदलांमुळे उद्भवलेल्या अनिश्चितता लक्षात घेता, मध्यवर्ती बँका चलनविषयक धोरण प्रतिसादांमध्ये लवचिकतेवर भर देतात. ते संभाव्य जोखीम आणि भौगोलिक-राजकीय बदलांच्या परिणामांबद्दल पारदर्शकपणे संवाद साधतात, बाजाराच्या अपेक्षांचे मार्गदर्शन करणे आणि आत्मविश्वास राखणे याबाबत महत्वपूर्ण भूमिका बजावतात.

१०) भू-राजकीय सज्ज धोरण समायोजन :

महत्त्वपूर्ण भू-राजकीय घडामोडींना प्रतिसाद म्हणून मध्यवर्ती बँका त्यांच्या धोरणात्मक दृष्टीकोनांचे पुनर्परीक्षान करू शकतात. ते व्याजदर समायोजित करू शकतात, मालमत्ता खरेदी कार्यक्रमात बदल करू शकतात किंवा भौगोलिक-राजकीय तणावातून आर्थिक परिणाम कमी करण्यासाठी लक्ष्यित उपाय लागू करू शकतात.

१.३.३ चलनविषयक धोरणासाठी नवीन व्यूहरचना :

कोविड-१९ महामारीच्या पार्श्वभूमीवर मध्यवर्ती बँका चलनविषयक धोरणासाठी अनेक नवीन धोरणांचा विचार आणि अंमलबजावणी करत आहेत :

१) वर्धित लवचिकता :

मध्यवर्ती बँका त्यांच्या धोरणात्मक दृष्टिकोनांमध्ये लवचिकतेला प्राधान्य देत आहेत. यामध्ये बदलत्या आर्थिक परिस्थिती आणि भू-राजकीय अनिश्चिततेशी झपाट्याने जुळवून घेण्याची इच्छा समाविष्ट आहे, अधिक त्वरित प्रतिसाद संरचना आवश्यक आहे.

२) अग्रेषित मार्गदर्शनावर भर :

मध्यवर्ती बँका स्पष्ट आणि पारदर्शक अग्रेषित मार्गदर्शनावर अधिक भर देत आहेत. धोरणात्मक हेतूंबद्दल मार्गदर्शन प्रदान केल्याने बाजाराच्या अपेक्षा पूर्ण करण्यास मदत होते, स्थिरता सुनिश्चित होते आणि अनिश्चिततेमध्ये बाजारातील सहभागींना मार्गदर्शन प्राप्त होते.

३) दीर्घकालीन धोरण चौकट :

काही मध्यवर्ती बँका दीर्घकालीन धोरणांचा समावेश करण्यासाठी त्यांच्या धोरण चौकटीचा पुनर्विचार करत आहेत. यामध्ये महागाई लक्ष्यीकरण चौकटीचे पुनर्मूल्यांकन करणे किंवा दीर्घकालीन आर्थिक आणि सामाजिक घटकांसाठी धोरणात्मक उद्दिष्टे समायोजित करणे समाविष्ट असते.

४) हवामान धोके समाविष्ट करणे :

अर्थव्यवस्थेवर हवामान बदलाचे प्रभाव आढळून येतात. मध्यवर्ती बँका त्यांच्या धोरणात्मक विचारांमध्ये हवामान-संबंधित जोखमींचे एकत्रीकरण शोधत आहेत, संभाव्यत: कर्ज देण्याच्या पद्धती आणि वित्तीय स्थिरता उपायांवर प्रभाव टाकत आहेत.

५) व्यापक आदेश आणि सर्वसमावेशक वृद्धी :

काही मध्यवर्ती बँका महागाई लक्ष्याच्या पलीकडे असलेल्या समस्यांचे निराकरण करण्यासाठी त्यांचे आदेश विस्तृत करत आहेत. अधिक समावेशक आर्थिक विकासाला चालना देण्यासाठी ते त्यांच्या धोरणात्मक निर्णयांमध्ये उत्पन्न असमानता, रोजगार आणि सामाजिक समावेशकता यासारख्या घटकांचा विचार करत आहेत.

६) नाविन्यपूर्ण साधने :

मध्यवर्ती बँका पारंपारिक दृष्टिकोनांच्या पलीकडे नाविन्यपूर्ण चलनविषयक धोरण साधनांचा शोध घेत आहेत. यामध्ये नवीन मालमत्ता खरेदी कार्यक्रम, उत्पन्न वक्र नियंत्रण किंवा विकसित होत असलेल्या वित्तीय परिदृश्यासाठी तयार केलेल्या इतर अपारंपरिक उपायांसारखे प्रयोग करणे समाविष्ट असते.

७) डिजिटल चलन आणि पेमेंट सिस्टम :

महामारीने डिजिटल चलने आणि पेमेंट सिस्टमच्या चर्चेला वेग दिला. मध्यवर्ती बँका मध्यवर्ती बँक डिजिटल चलने (CBDCs) संभाव्य जारी करण्याचा आणि डिजिटल पेमेंट पायाभूत सुविधा वाढवण्याचा शोध घेत आहेत. त्यांचे चलनविषयक धोरण आणि वित्तीय स्थिरतेवर होणारे परिणाम लक्षात घेऊन हे केले जात आहे.

८) जागतिक समन्वय :

अर्थव्यवस्थांचा परस्परसंबंध लक्षात घेता मध्यवर्ती बँका वर्धित जागतिक समन्वयावर लक्ष केंद्रित करत आहेत. मध्यवर्ती बँकांमधील सहयोगी प्रयत्नांचा उद्देश सामान्य आव्हानांना तोंड देणे, वित्तीय स्थिरता वाढवणे आणि सीमापार जोखीम अधिक प्रभावीपणे व्यवस्थापित करणे हा आहे.

९) संवाद आणि पारदर्शकता :

मध्यवर्ती बँका स्पष्ट आणि सुसंगत संवादाला प्राधान्य देत आहेत. पारदर्शक संप्रेषण धोरणे बाजाराच्या अपेक्षा व्यवस्थापित करण्यास, विश्वासार्हता सुनिश्चित करण्यास आणि धोरणात्मक निर्णयांवर जनतेचा विश्वास राखण्यास मदत करतात.

१०) माहितीवर आधारित निर्णय घेणे :

मध्यवर्ती बँका माहितीपूर्ण धोरणात्मक निर्णयांसाठी तथ्य विश्लेषणआणि वित्तीय निर्देशकांवर अधिक अवलंबून आहे. आर्थिक प्रवाह अधिक चांगल्या प्रकारे समजून घेण्यासाठी आणि अधिक अचूक धोरण समायोजन करण्यासाठी मध्यवर्ती बँका अधिकाधिक अत्याधुनिक तथ्य विश्लेषणाचा लाभ घेत आहेत.

१.३.४ चलनविषयक धोरणाची उद्दिष्टे :

कोविड-१९ नंतरच्या साथीच्या युगात चलनविषयक धोरणाची अनेक प्रमुख उद्दिष्टे आहेत :

१) आर्थिक पुनर्प्राप्तीला सहाय्यक :

अनुकूल चलनविषयक धोरणे राखून आर्थिक पुनर्प्राप्ती सुलभ करण्याचे मध्यवर्ती बँकांचे उद्दिष्ट आहे. कमी व्याजदर आणि सतत परिमाणात्मक सुलभतेमुळे कर्ज घेणे, गुंतवणूक आणि खर्च करणे यातून वित्तीय क्रियाकलापांना चालना मिळते.

२) किंमत स्थिरता सुनिश्चित करणे :

किंमत स्थिरता हे चलनविषयक धोरणाचे प्राथमिक उद्दिष्ट आहे. अल्प-मुदतीच्या व्यत्ययामुळे चलनवाढीच्या अस्थिरतेस कारणीभूत ठरू शकते, तर मध्यवर्ती बँका लक्ष्य श्रेणींमध्ये महागाई व्यवस्थापित करण्याचा प्रयत्न करतात, सतत चलनवाढीच्या दबावाला चालना न देता पुनर्प्राप्तीला समर्थन देण्याची गरज संतुलित करतात.

३) वित्तीय स्थिरता वाढवणे :

वित्तीय जोखीम कमी करणे आणि वित्तीय व्यवस्थेमध्ये स्थिरता राखणे हे सर्वोपरि आहे. मध्यवर्ती बँका प्रणालीगत जोखमींपासून संरक्षण करण्यासाठी, वित्तीय संस्था आणि बाजारपेठांची लवचिकता सुनिश्चित करण्यासाठी समग्र-दूरदृष्टी उपाय वापरतात.

४) शाश्वत रोजगार पातळी :

प्राथमिक आदेश नसताना मध्यवर्ती बँका रोजगार पातळी विचारात घेतात. वित्तीय प्रोत्साहनाद्वारे आर्थिक वृद्धीस पाठिंबा देऊन रोजगार निर्मितीसाठी अनुकूल वातावरण निर्माण करण्याचे त्यांचे उद्दिष्ट असते.

५) भू-राजकीय बदलांशी जुळवून घेणे :

मध्यवर्ती बँका भू-राजकीय बदलांमुळे उद्भवलेल्या अनिश्चिततेशी समायोजन करतात, त्यांचा आर्थिक परिस्थितीवर होणारा परिणाम लक्षात घेऊन हे केले जाते. संभाव्य अडथळे दूर करण्यासाठी आणि भू-राजकीय तणावामुळे उद्भवणाऱ्या जोखमींचे व्यवस्थापन करण्यासाठी धोरणे समायोजित केली जातात.

६) सर्वसमावेशक वृद्धीस प्रोत्साहन देणे :

काही मध्यवर्ती बँका उत्पन्नातील असमानता आणि सामाजिक समावेशकतेच्या विचारास वाढत्या प्रमाणात महत्व देत आहेत. आर्थिक संधी आणि फायद्यांचे अधिक न्याय्य वितरण करणाऱ्या धोरणांना समर्थन देण्याचे त्यांचे उद्दिष्ट आहे.

७) शाश्वत पद्धती स्वीकारणे :

चलनविषयक धोरणात शाश्वततेवर वाढता भर दिला जात आहे. मध्यवर्ती बँका त्यांच्या धोरणांमध्ये हवामान-संबंधित जोखीम समाकलित करतात, वित्तीय क्रियाकलापांच्या पर्यावरणीय प्रभावाचा विचार करून शाश्वत वित्तीय पद्धतींना प्रोत्साहन देतात.

८) डिजिटल नाविन्याची सुविधा :

डिजिटायझेशनच्या दिशेने वेगाने बदल होत असताना, मध्यवर्ती बँका डिजिटल चलने आणि नाविन्यपूर्ण पेमेंट सिस्टमचे परिणाम शोधतात. ते चलनविषयक धोरण आणि वित्तीय स्थिरतेमध्ये डिजिटल नवकल्पनांच्या भूमिकेचे मूल्यांकन करतात.

९) धोरणाची विश्वासार्हता राखणे :

चलनविषयक धोरणात पारदर्शकता आणि स्पष्ट संवाद आवश्यक आहे. मध्यवर्ती बँकांचे उद्दिष्ट त्यांच्या हेतू आणि धोरणांबद्दल मार्गदर्शन प्रदान करून बाजारपेठेचा अंदाज आणि आत्मविश्वास सुनिश्चित करून धोरणाची विश्वासार्हता राखण्याचे आहे.

१०) जागतिक सहकार्य आणि समन्वय :

मध्यवर्ती बँकांमधील वर्धित जागतिक समन्वय महत्त्वपूर्ण आहे. सहयोगी प्रयत्नांचे उद्दिष्ट सामान्य आव्हानांना तोंड देणे, सीमापार जोखीम व्यवस्थापित करणे आणि जागतिक वित्तीय स्थिरतेला प्रोत्साहन देणे आहे.

१.३.५ चलनविषयक धोरणाची साधने :

कोविड-१९ नंतरच्या काळात मध्यवर्ती बँका चलनविषयक धोरणाच्या अंमलबजावणीसाठी पारंपारिक आणि अपारंपरिक साधनांच्या श्रेणीचा वापर करत आहेत :

१) व्याजदर :

मध्यवर्ती बँका कर्ज घेण्याच्या खर्चावर परिणाम करण्यासाठी धोरण व्याजदर समायोजित करतात. साथीच्या रोगानंतरच्या काळात खर्च, गुंतवणूक आणि कर्ज देण्यास चालना देण्यासाठी दर हे ऐतिहासिकदृष्ट्या कमी आहेत.

२) परिमाणात्मक सुलभीकरण :

सरकारी रोखे आणि प्रतिभूती खरेदी करण्यासारखे सतत किंवा कमी झालेले मालमत्ता खरेदी कार्यक्रम हे बाजारात तरलता आणतात. दीर्घकालीन व्याजदर कमी करणे आणि आर्थिक पुनर्प्राप्तीस समर्थन देणे हे याचे उद्दिष्ट असते.

३) अग्रेषित मार्गदर्शन :

भविष्यातील धोरणात्मक हेतूंबद्दल स्पष्ट संवाद बाजाराच्या अपेक्षांचे मार्गदर्शन करण्यास मदत करतो. हे गुंतवणूकदारांना आणि कर्जदारांना व्याजदर व अनिश्चिततेच्या दरम्यान धोरणात्मक भूमिकांबाबत निश्चितता प्रदान करते.

४) पत सहजता कार्यक्रम :

लक्ष्यित कर्ज कार्यक्रम महामारीच्या परिणामामुळे प्रभावित झालेल्या विशिष्ट क्षेत्रांना किंवा संस्थांना कर्ज प्रवाह सुनिश्चित करतात. हे कार्यक्रम वित्तीय अडचणींना तोंड देत असलेल्या व्यवसायांना आणि कुटुंबांना मदत करतात.

५) उत्पन्न वक्र नियंत्रण :

काही मध्यवर्ती बँका विशिष्ट सरकारी प्रतिभूती खरेदी करून उत्पन्नाच्या वक्राद्वारे व्याजदर व्यवस्थापित करतात. या नियंत्रणाचे उद्दिष्ट विविध परिपक्वतेसाठी कर्ज घेण्याच्या खर्चावर प्रभाव टाकणे, अनुकूल आर्थिक परिस्थितींना आधार देणे हे असते.

६) आंग्रे–दूरदृष्टी उपाय :

धोरणे वित्तीय व्यवस्थेची लवचिकता मजबूत करण्यावर भर देतात. नियामक उपाय म्हणून बँका पुरेसे भांडवल बफर राखतात, ताणतणाव चाचण्या घेतात आणि संभाव्य प्रणालीगत जोखमींचे निराकरण करत असल्याची खात्री करतात.

७) चलन हस्तक्षेप :

विनिमय दर स्थिर करण्यासाठी मध्यवर्ती बँका चलन बाजारात हस्तक्षेप करतात. हे व्यापार स्पर्धात्मकतेला समर्थन देते आणि चलन मूल्यांमध्ये अत्यधिक अस्थिरता प्रतिबंधित करते.

८) नाविन्यपूर्ण साधने :

काही मध्यवर्ती बँका साथीच्या रोगानंतरच्या आव्हानांसाठी तयार केलेली अपारंपरिक साधने शोधतात. यामध्ये नवीन मालमत्ता खरेदी कार्यक्रम समाविष्ट असतात, जसे की कॉर्पोरेट बाँड खरेदी करणे किंवा नकारात्मक व्याजदर शोधणे इ.

९) डिजिटल चलने आणि पेमेंट सिस्टम :

मध्यवर्ती बँक डिजिटल करन्सी (CBDCs) चा शोध आणि डिजिटल पेमेंट पायाभूत सुविधांमधील प्रगतीकडे लक्ष वेधले गेले आहे. चलनविषयक धोरणावरील डिजिटल नवकल्पनांच्या परिणामांचे मूल्यांकन करणे हे एक लक्षित क्षेत्र आहे.

१०) वर्धित संवाद :

धोरणात्मक निर्णय, आर्थिक परिप्रेक्ष आणि संभाव्य धोरण समायोजनांबद्दल पारदर्शक संवाद बाजाराच्या अपेक्षांचे मार्गदर्शन करते, धोरण परिणामकारकतेमध्ये योगदान देते.

▶ १.४ उदयोन्मुख बाजारपेठांमधील चलनविषयक धोरण :

उदयोन्मुख बाजारपेठांमधील चलनविषयक धोरण त्यांच्या वैविध्यपूर्ण वित्तीय संरचना, असुरक्षा आणि बाह्य अवलंबनांमुळे अनन्य आव्हाने सादर करते. या अर्थव्यवस्थांना किमतीची स्थिरता राखणे, आर्थिक विकासाला चालना देणे, चलनातील चढउतार व्यवस्थापित करणे आणि वित्तीय स्थिरता सुनिश्चित करणे यामधील नाजूक संतुलन साधणे आवश्यक आहे. त्यामुळे या प्रदेशांमधील चलनविषयक धोरणाला आकार देणारे प्रमुख घटक आणि गुंतागुंत जाणून घेणे योग्य ठरेल :

अ) उदयोन्मुख बाजारपेठांची वैशिष्ट्ये :

उदयोन्मुख बाजारपेठा अशा अर्थव्यवस्थांचा संदर्भ देतात ज्या वेगाने वाढणाऱ्या अर्थव्यवस्था, औद्योगिकीकरण आणि जागतिक अर्थव्यवस्थेमध्ये वाढत्या एकीकरणाद्वारे विकसनशील राष्ट्रांची वैशिष्ट्ये प्रदर्शित करतात.

१) आर्थिक वृद्धी :

औद्योगिकीकरण, नागरीकरण आणि तांत्रिक प्रगतीमुळे चालणाऱ्या या बाजारपेठांमध्ये सामान्यत: जलद आर्थिक विकास दर अनुभवला जातो.

२) बाजाराचा आकार आणि संभाव्यता :

उदयोन्मुख बाजारपेठा अनेकदा लक्षणीय लोकसंख्येचा अभिमान बाळगतात, जे व्यवसाय आणि गुंतवणूकदारांसाठी विशाल ग्राहक आधार आणि बाजारपेठेची क्षमता प्रदान करतात.

३) बदलत्या अर्थव्यवस्था :
या अर्थव्यवस्था औद्योगिकीकरण, नैसर्गिक संसाधने, लोकसंख्याशास्त्र आणि आर्थिक संरचनांच्या बाबतीत मोठ्या प्रमाणात बदलतात.

४) विदेशी गुंतवणूक :
वृद्धीच्या संधी, बाजाराचा विस्तार आणि विकसित बाजारांच्या तुलनेत संभाव्य उच्च परतावा यामुळे ते लक्षणीय प्रत्यक्ष परकीय गुंतवणूक आकर्षित करतात.

५) जागतिक एकत्रीकरण :
उदयोन्मुख बाजारपेठा जागतिक व्यापार आणि गुंतवणुकीत वाढत्या प्रमाणात भाग घेतात आणि जागतिक अर्थव्यवस्थेच्या परस्परसंबंधात योगदान देतात.

६) अस्थिरता आणि जोखीम :
राजकीय अस्थिरता, चलनातील चढउतार, नियामक अनिश्चितता आणि पायाभूत सुविधांची आव्हाने यासारखे घटक बाजारातील अस्थिरता आणि जोखमींना कारणीभूत ठरतात.

७) वित्तीय आणि बाजार विकास :
वित्तीय विकासाला समर्थन देण्यासाठी मजबूत वित्तीय बाजारपेठ विकसित करणे, नियामक चौकट सुधारणे आणि संस्थात्मक क्षमता वाढवणे यासाठी प्रयत्न केले जातात.

८) पायाभूत सुविधांचा विकास :
परिवहन, ऊर्जा आणि दूरसंचार यासारख्या पायाभूत सुविधांमधील गुंतवणूक ही शाश्वत वृद्धीस मदत करण्यासाठी प्राधान्य आहे.

९) उत्पन्न असमानता आणि गरिबी :
आर्थिक वृद्धी होऊनही उत्पन्नातील असमानता आणि गरिबीची पातळी कायम राहू शकते, यासाठी सामाजिक विकास उपक्रमांची आवश्यकता आहे.

ब) प्रमुख उदयोन्मुख बाजारपेठा :
खालील काही उदयोन्मुख बाजारपेठा आहेत :

१) ब्रिक्स राष्ट्रे :
ब्राझील, रशिया, भारत, चीन आणि दक्षिण आफ्रिका त्यांचा लक्षणीय आर्थिक आकार, प्रभाव आणि वाढीच्या संभाव्यतेमुळे प्रमुख बाजारपेठ म्हणून अनेकदा अधोरेखित केले जातात.

२) इतर :
मेक्सिको, इंडोनेशिया, तुर्की, दक्षिण कोरिया, आग्नेय आशिया आणि आफ्रिकेतील अनेक देश देखील महत्त्वाच्या उदयोन्मुख बाजारपेठांचे प्रतिनिधित्व करतात.

क) आर्थिक उद्दिष्टे आणि चौकट :
आर्थिक उद्दिष्टे आणि चौकट खालील मुद्यांद्वारे स्पष्ट करता येईल :

१) महागाई लक्ष्यीकरण :
अनेक उदयोन्मुख बाजारपेठा चलनविषयक धोरणाचे प्राथमिक उद्दिष्ट म्हणून महागाई लक्ष्यीकरणाला प्राधान्य देतात. तथापि, अस्थिर वस्तूंच्या किमती, विनिमय दरातील चढउतार आणि या अर्थव्यवस्थांमधील संरचनात्मक समस्या यासारख्या विविध कारणांमुळे चलनवाढीचे व्यवस्थापन करणे अवघड आहे.

२) विनिमय दर व्यवस्थापन :

चलनाची अस्थिरता ही एक महत्त्वाची चिंता आहे. मध्यवर्ती बँका अनेकदा त्यांची चलने स्थिर करण्यासाठी परकीय चलन बाजारात हस्तक्षेप करतात, विनिमय दर जोखीम व्यवस्थापित करण्यासाठी परकीय चलन साठा, भांडवली नियंत्रणे किंवा व्यवस्थापित विनिमय दर व्यवस्था यासारखी साधने वापरतात.

३) व्याजदर धोरण :

वृद्धी आणि महागाई यांचा समतोल राखण्यासाठी व्याजदरांचे समायोजन महत्त्वपूर्ण भूमिका बजावते. तरीसुद्धा, उच्च चलनवाढीच्या दरांना काहीवेळा कठोर चलनविषयक धोरणाची आवश्यकता असते, ज्यामुळे कर्ज घेण्याच्या खर्चावर आणि आर्थिक वृद्धीवर परिणाम होतो.

ड) आव्हाने आणि विचार :

उदयोन्मुख बाजारपेठा संदर्भात खालील आव्हाने आणि विचार आहेत :

१) बाह्य असुरक्षा :

उदयोन्मुख बाजारपेठा बाह्य धक्क्यांपासून असुरक्षित असतात जसे की भांडवल बाहेर पडणे, व्यापार असमतोल आणि जागतिक वित्तीय अस्थिरता इ. विवेकपूर्ण राखीव व्यवस्थापन आणि भांडवली प्रवाह नियमांद्वारे या असुरक्षांविरूद्ध लवचिकता मजबूत करणे हे चलनविषयक धोरणाचे उद्दिष्ट असते.

२) वित्तीय स्थिरता :

वित्तीय स्थैर्य राखणे महत्त्वाचे आहे. मध्यवर्ती बँका प्रणालीगत जोखीम टाळण्यासाठी आणि वित्तीय प्रणालीचे रक्षण करण्यासाठी, बँकिंग संस्था आणि बाजारपेठांची स्थिती सुनिश्चित करण्यासाठी समग्र-दूरदृष्टी उपाय वापरतात.

३) वृद्धी आणि रोजगार :

महागाई नियंत्रणाबरोबरच आर्थिक वृद्धी आणि रोजगाराला चालना देण्याला प्राधान्य आहे. चलनविषयक धोरणांचे उद्दिष्ट पत उपलब्धता आणि गुंतवणुकीला प्रोत्साहन देण्यासाठी बेकारीची समस्या दूर करताना विकासाला चालना देणे हे आहे.

४) राजकोषीय-चलनविषयक धोरण समन्वय :

राजकोषीय आणि चलनविषयक अधिकारी यांच्यातील सहकार्य महत्त्वपूर्ण असते. समन्वय धोरणातील सुसंगतता सुनिश्चित करते आणि आर्थिक आव्हानांना तोंड देण्यासाठी उपाययोजनांची प्रभावीता वाढवते.

५) बाह्य मर्यादा :

उदयोन्मुख बाजारपेठांना बाह्य कर्ज, जागतिक व्याजदरातील हालचाली किंवा परदेशी निधीवरील अवलंबनामुळे अडचणींचा सामना करावा लागतो. हे चलनविषयक धोरणाची स्वायत्तता मर्यादित करू शकते त्यामुळे काळजीपूर्वक धोरण समायोजन आवश्यक आहे.

ई) साधने आणि धोरणे :

चलनविषयक धोरणासंदर्भात खालील साधने आणि धोरणे आहेत :

१) भांडवली प्रवाह व्यवस्थापन :

चलनात अचानक होणारी वृद्धी किंवा अवमूल्यन रोखण्यासाठी भांडवली प्रवाह व्यवस्थापित करणे अत्यावश्यक आहे. धोरणांमध्ये भांडवलाच्या प्रवाहाचे नियमन करण्यासाठी भांडवली नियंत्रणे किंवा हस्तक्षेप यांचा समावेश असू शकतो.

२) धोरण संप्रेषण :

बाजाराच्या अपेक्षा व्यवस्थापित करण्यासाठी आणि आत्मविश्वास निर्माण करण्यासाठी मध्यवर्ती बँकांद्वारे पारदर्शक आणि स्पष्ट संवाद आवश्यक आहे. स्पष्ट मार्गदर्शन अस्थिर बाजारातील अनिश्चितता कमी करण्यास मदत करते. उदयोन्मुख बाजारपेठांच्या गुंतागुंतीकडे समायोजन करण्यासाठी देशांतर्गत वित्तीय गरजा पूर्ण करणे, बाह्य असुरक्षा व्यवस्थापित करणे आणि जागतिक आर्थिक बदलांशी जुळवून घेणे यामधील नाजूक संतुलन आवश्यक आहे. या क्षेत्रांमध्ये चलनविषयक धोरणाची परिणामकारकता शाश्वत आर्थिक वृद्धी आणि स्थिरता वाढवताना अंतर्गत आणि बाह्य आव्हानांना तोंड देणारी धोरणे तयार करण्याच्या धोरणकर्त्यांच्या क्षमतेवर अवलंबून असते.

▶ १.५ पैसा दृष्टीकोन वि. पत दृष्टीकोन :

चलनविषयक धोरणाचे पैसा दृष्टीकोन आणि पत दृष्टीकोन मध्यवर्ती बँकेच्या कृतींच्या प्रसारण यंत्रणेवर विरोधाभासी दृष्टीकोन दर्शवतात. पैसा दृष्टीकोन पैशाच्या पुरवठ्याच्या भूमिकेवर आणि त्याचा आर्थिक क्रियाकलापांवर होणारा परिणाम यावर जोर देतो आणि असे दर्शवितो की चलन पुरवठ्यातील बदल थेट महागाई आणि उत्पादनावर परिणाम करतात. याउलट, पत दृष्टीकोन पतपुरवठा माध्यमांवर लक्ष केंद्रित करतो. यात सूचित केले जाते की पतपुरवठ्याच्या उपलब्धतेतील बदल आणि कर्ज घेण्याच्या खर्चाचा वित्तीय क्रियाकलापांवर लक्षणीय परिणाम होतो, पैशाच्या पुरवठ्यातील बदलांच्या तात्काळ प्रभावाला मागे टाकून हे साध्य केले जाते. पैसा दृष्टीकोन हा पैशाचा पुरवठा नियंत्रित करण्यावर केंद्रीत असताना, पत दृष्टीकोन पत निर्मिती आणि कर्ज देण्याच्या वर्तनाचे महत्त्व अधोरेखित करतो. दोन्ही दृष्टीकोन चलनविषयक धोरणाचा व्यापक अर्थव्यवस्थेवर कसा परिणाम होतो हे समजून घेण्यास हातभार लावतात.

१.५.१ पैसा दृष्टीकोन :

चलनविषयक धोरणाचा पैसा दृष्टीकोन आर्थिक परिस्थितीवर प्रभाव टाकण्यासाठी पैशाचा पुरवठा नियंत्रित करण्याभोवती फिरतो. हे चलनातील पैशाच्या प्रमाणात बदल आणि त्याचा महागाई, उत्पादन आणि व्याजदर यांच्यातील थेट संबंधांवर जोर देते. पैसा दृष्टीकोनाचा वापर करणाऱ्या मध्यवर्ती बँका M1, M2 किंवा M3 सारख्या पैसा उपायांचे व्यवस्थापन खुल्या बाजारातील कार्यपद्धती, राखीव आवश्यकता आणि सवलतीच्या दरांद्वारे व्यवस्थापित करण्यावर लक्ष केंद्रित करतात. हा दृष्टीकोन असे गृहीत धरतो की पैशाच्या पुरवठ्यातील बदलांमुळे एकूण मागणी आणि किमतींमध्ये संबंधित बदल होतात, ज्यामुळे अर्थव्यवस्था स्थिर करणे आणि चलनवाढीचे व्यवस्थापन करण्याच्या उद्देशाने पारंपारिक चलनविषयक धोरण चौकटीचा आधार लागतो.

१) चलन पुरवठा निर्देशांक :

पैसा दृष्टीकोन पैसा पुरवठा व्यवस्थापित करण्याच्या महत्त्वावर केंद्रीत आहे, ज्यामध्ये M1 (रोख आणि मागणी ठेवी), M2 (M1 अधिक बचत ठेवी आणि ठराविक वेळेच्या ठेवी) आणि M3 (M2 अधिक मोठ्या संस्थात्मक ठेवी) सारख्या पैशांच्या एकत्रित विविध उपायांचा समावेश आहे. या समुच्चयांचे व्यवस्थापन करण्यामध्ये चलन जारी करण्यावर मध्यवर्ती बँकेचे नियंत्रण आणि खुल्या बाजारातील कामकाज, राखीव आवश्यकता आणि सवलतीच्या दरांद्वारे व्यावसायिक बँक रिझर्व्हवर प्रभाव टाकण्याची क्षमता यांचा समावेश होतो.

२) महागाई नियंत्रण :

चलन पुरवठा नियंत्रित करणे हे महागाई व्यवस्थापित करण्यासाठी एक महत्त्वपूर्ण साधन म्हणून पाहिले जाते. पैशाच्या प्रमाण सिद्धांतानुसार पैशाच्या पुरवठ्यात वाढ झाल्यामुळे स्थिर वेग आणि वास्तविक प्रदान गृहीत धरून किंमतींमध्ये प्रमाणानुसार वाढ होते. अशाप्रकारे किंमत स्थिरता राखण्यासाठी पैशांच्या वाढीचे नियमन करणे

आवश्यक आहे. मध्यवर्ती बँका पैशांच्या वाढीच्या दरांवर लक्ष ठेवतात आणि चलनवाढीच्या दबावावर नियंत्रण ठेवण्यासाठी पैशाच्या पुरवठ्यातील वाढ अर्थव्यवस्थेच्या उत्पादक क्षमतेशी जुळते याची खात्री करण्यासाठी धोरणात्मक उपाय समायोजित करण्याचे उद्दिष्ट ठेवतात.

३) व्याज दर परिणाम :

पैसा दृष्टीकोन पैशांचा पुरवठा आणि व्याजदर यांच्यातील दुवा ओळखतो. पैशाची अपरिवर्तित मागणी गृहीत धरून पैशाच्या पुरवठ्यात वाढ, अधिक तरलता प्रदान करून कर्ज घेणे, खर्च करणे आणि गुंतवणुकीला चालना देऊन व्याजदर कमी करू शकतो. मध्यवर्ती बँका व्याजदरांवर प्रभाव टाकण्यासाठी पैशाचा पुरवठा समायोजित करू शकतात, प्रचलित आर्थिक परिस्थितीच्या आधारावर वित्तीय क्रियाकलापांना प्रोत्साहन देण्यासाठी किंवा परावृत्त करण्यासाठी त्यांना इच्छित स्तरावर नेऊ शकतात.

४) एकूण मागणी प्रभाव :

पैशाच्या पुरवठ्यातील बदलांचा थेट अर्थव्यवस्थेतील एकूण मागणीवर परिणाम होतो. उच्च पैशाचा पुरवठा ग्राहकांची खर्च करण्याची क्षमता वाढवतो, ज्यामुळे एकूण मागणी वाढते आणि उत्पादन व रोजगार स्तरांवर परिणाम होतो. पैसा दृष्टीकोनाचा अर्थ असा आहे की पैशाच्या पुरवठा वाढीचे व्यवस्थापन करणे अर्थव्यवस्थेतील एकूण मागणीवर परिणाम करू शकते, ज्यामुळे आर्थिक विकास दर प्रभावित होतात.

५) चलनविषयक धोरण साधने :

मध्यवर्ती बँका पैशाचा पुरवठा नियंत्रित करण्यासाठी विविध साधने वापरतात. ओपन मार्केट ऑपरेशन्समध्ये बँकिंग व्यवस्थेमधील राखीव समायोजित करण्यासाठी सरकारी प्रतिभूती खरेदी करणे किंवा विक्री करणे समाविष्ट आहे. याव्यतिरिक्त, राखीव आवश्यकता बँकांनी राखीव ठेवलेल्या ठेवींचे प्रमाण निर्धारित करतात, तर सवलत दर बँकांच्या मध्यवर्ती बँकेकडून घेतलेल्या कर्जावर परिणाम करतात.

६) वित्तीय स्थिरता उद्दिष्ट :

पैशाच्या पुरवठ्यातील वाढ आर्थिक उत्पादन वाढीशी जुळते याची खात्री करून पैसा दृष्टीकोन वित्तीय स्थिरतेचे उद्दिष्ट ठेवतो. ही स्थिरता अत्याधिक चलनवाढ किंवा चलनवाढ रोखण्यासाठी, शाश्वत आर्थिक विकासाला चालना देण्यासाठी शोधली जाते.

७) चलनविषयक संप्रेषण यंत्रणा :

पैसा दृष्टीकोन असे प्रतिपादन करतो की पैशाच्या पुरवठ्यातील बदल वास्तविक अर्थव्यवस्थेवर घटनांच्या साखळीद्वारे परिणाम करतात; व्याजदर, गुंतवणूक, उपभोग आणि शेवटी उत्पादन व किमतींवर परिणाम करतात. हा दृष्टीकोन व्यापक आर्थिक चलांवर प्रभाव टाकण्यासाठी चलनविषयक धोरण कृती कशा प्रकारे छाननी करतात हे समजून घेण्यासाठी आधार बनवतो.

८) अनुभवजन्य विश्लेषण :

पैसा दृष्टीकोनाच्या गृहितकांची पुष्टी करण्यासाठी अर्थशास्त्रज्ञ अनेकदा पैशाच्या पुरवठ्यातील बदल आणि आर्थिक निर्देशक यांच्यातील ऐतिहासिक संबंधांचा अभ्यास करतात. तथापि, आधुनिक अर्थव्यवस्थेची जटिलता कधीकधी पैशाचा पुरवठा आणि आर्थिक परिणाम यांच्यातील थेट संबंधांना आव्हान देते.

९) टीका :

पैसा दृष्टीकोनाचे समीक्षक पैशाच्या पुरवठ्याच्या अंतर्जाततत्वासारख्या मर्यादांवर प्रकाश टाकतात आणि असे सुचवतात की पैशाच्या पुरवठ्यातील बदल एखाद्या कारणापेक्षा आर्थिक परिस्थितीचा परिणाम असू शकतात.

१०) धोरण लवचिकता :

पैसा दृष्टीकोन हा पारंपारिक चलनविषयक धोरण चौकटीचा एक आधारस्तंभ राहिला आहे, जो मध्यवर्ती बँकांना आर्थिक आव्हानांना समायोजित करण्यासाठी आणि पैशाचा पुरवठा व्यवस्थापित करून व्यापक वित्तीय स्थिरता मिळविण्यासाठी एक बहुमुखी साधनसंच प्रदान करतो.

१.५.२ पत दृष्टीकोन :

चलनविषयक धोरणाचा पत दृष्टीकोन पैशाचा पुरवठा व्यवस्थापित करण्यापासून आर्थिक परिस्थितीवर प्रभाव पाडण्यासाठी पत आणि कर्ज देण्याच्या महत्त्वाकडे लक्ष केंद्रित करतो. पत दृष्टीकोन हे समजून घेण्यासाठी एक पर्यायी दृष्टी देते की पत परिस्थिती आणि कर्ज देण्याच्या वर्तनातील बदल आर्थिक परिणामांवर कसा परिणाम करतात, आर्थिक वृद्धी आणि स्थिरतेला आकार देण्यासाठी पत निर्मिती आणि बँकिंग क्षेत्राच्या स्थिरतेच्या भूमिकेवर भर देतो.

१) कर्ज आणि पत गतिशीलता :

पत दृष्टीकोन आर्थिक क्रियाकलाप चालविण्यामध्ये पत निर्मिती आणि कर्ज देण्याच्या वर्तनाच्या महत्त्वावर जोर देतो. हे अधोरेखित करते की कर्जाच्या उपलब्धतेतील बदल गुंतवणूक, उपभोग आणि एकूण आर्थिक वृद्धीवर लक्षणीय परिणाम करतात.

२) बँक मध्यस्थी भूमिका :

बचतकर्ता आणि कर्जदार यांच्यात मध्यस्थ म्हणून काम करून पत दृष्टीकोनामध्ये व्यावसायिक बँका महत्त्वपूर्ण भूमिका बजावतात. ते ठेवी कर्ज देऊन पत तयार करतात, जे गुंतवणूक आणि खर्चासाठी निधीच्या उपलब्धतेवर थेट परिणाम करतात.

३) पत माध्यम यंत्रणा :

पैशाच्या पुरवठ्यावर नियंत्रण ठेवण्यावर पैसा दृष्टीकोनाच्या विपरीत, पत दृष्टीकोन पत माध्यम यंत्रणा अधोरेखित करतो, जे सूचित करते की पत किंमत आणि उपलब्धता यातील बदल थेट गुंतवणूक आणि उपभोग निर्णयांवर परिणाम करतात.

४) व्याज दर संप्रेषण :

पत दृष्टीकोन व्याजदरांची भूमिका मान्य करतो परंतु यावर जोर देतो की ते केवळ पैशाच्या पुरवठ्यातील बदलामुळे होत नाही, ज्यामुळे व्याजदरांवर परिणाम होतो ज्यामुळे आर्थिक क्रियाकलाप चालतात. त्याऐवजी, ते कर्ज देण्याच्या परिस्थितीतील बदल आणि बँकांच्या कर्ज देण्याच्या इच्छेचा प्रभाव अधोरेखित करते.

५) पत मर्यादा आणि वित्तीय क्रियाकलाप :

पत अटी कडक करणे किंवा सैल करणे व्यवसायांच्या आणि कुटुंबांच्या गुंतवणूक किंवा खर्चासाठी निधी मिळवण्याच्या क्षमतेवर परिणाम करते. पत उपलब्धतेतील मर्यादांमुळे गुंतवणूक कमी होऊ शकते, संभाव्यतः आर्थिक वाढ मंदावते.

९) पत जोखीम आणि बँकिंग वर्तन :

पत दृष्टीकोन पत जोखीम आणि बँकांच्या जोखीम धारणा त्यांच्या कर्ज देण्याच्या वर्तनावर कसा परिणाम करते हे अधोरेखित करते. अनिश्चितता किंवा वित्तीय संकटाच्या काळात बँका अधिक सावध होतात, कर्ज देण्याची मानके कडक करतात आणि पत उपलब्धतेवर परिणाम करतात.

७) वित्तीय मध्यस्थी स्थिरता :

वित्तीय मध्यस्थांची विशेषतः बँकांची स्थिरता सुनिश्चित करणे, पत दृष्टीकोनामध्ये महत्त्वपूर्ण बनते. एक स्थिर बँकिंग क्षेत्र कर्ज निर्मितीला मदत करते, आर्थिक वृद्धी आणि स्थिरता सुलभ करते.

८) वास्तविक अर्थव्यवस्थेवर परिणाम :

पत उपलब्धतेतील बदलांचा थेट परिणाम व्यवसायांच्या विस्तार योजना, ग्राहक खर्चाची पद्धत आणि एकूणच आर्थिक उत्पादनावर होऊन वास्तविक अर्थव्यवस्थेवर होऊ शकतो.

९) धोरण परिणाम :

धोरण निर्माते पत दृष्टीकोनाचा विचार करून, केवळ व्याजदर व्यवस्थापित करण्याचेच नव्हे तर पुरेशी पत उपलब्धता सुनिश्चित करण्याचे उद्दिष्ट ठेवतात. उपायांमध्ये बँकिंग क्षेत्राच्या स्थिरतेला समर्थन देणे, कर्जाच्या अडचणी दूर करणे आणि कर्ज देण्यास अनुकूल वातावरण निर्माण करणे यांचा समावेश असतो.

१०) प्रायोगिक विश्लेषण :

गुंतवणूक, उपभोग आणि प्रदान यासारख्या आर्थिक चलांशी संबंध समजून घेण्यासाठी अर्थशास्त्रज्ञ आणि धोरणकर्ते पत आणि कर्ज माहितीचा अभ्यास करतात. हे अनुभवजन्य विश्लेषण आर्थिक क्रियाकलाप चालविण्यामध्ये पतपुरवठ्याचे महत्त्व प्रमाणित करण्यास मदत करते.

१.५.३ पैसा दृष्टीकोन वि. पत दृष्टीकोन :

पैसा दृष्टीकोन आणि पत दृष्टीकोन यातील फरक खालील तक्त्याद्वारे स्पष्ट करता येईल :

मुद्दे	**पैसा दृष्टीकोन**	**पत दृष्टीकोन**
१) भर	पैशाचा पुरवठा आणि त्याचा परिणाम व्यवस्थापित करण्यावर भर देतो	पत निर्मिती आणि कर्ज देण्याच्या वर्तनाची भूमिका अधोरेखित करते
२) मुख्य मुद्दे	पैसा पुरवठा गतिशीलता	पत उपलब्धता आणि कर्ज देण्याचे वर्तन
३) मुख्य जोर	पैशांच्या समुच्चयांवर नियंत्रण (M1, M2, इ.)	पत मध्यस्थ म्हणून बँकांची भूमिका
४) प्राथमिक उद्दिष्ट	किंमत स्थिरता राखणे	वित्तीय क्रियाकलापांसाठी पत उपलब्धता वाढवणे
५) महागाईचा दृष्टीकोन	थेट पैसा पुरवठ्यातील बदल आणि चलनवाढ यांच्याशी जोडलेले आहे	पत गतिशीलतेचा परिणाम म्हणून चलनवाढ
६) व्याजदर संबंध	चलन पुरवठा बदल व्याज दर प्रभावित करतात	आर्थिक क्रियाकलापांवर परिणाम करणाऱ्या पत अटींवर भर देते
७) प्रेषण यंत्रणा	पैशाच्या पुरवठ्यातील बदल खर्च आणि गुंतवणुकीवर परिणाम करतात	पत उपलब्धता गुंतवणूक आणि वापरावर परिणाम करते
८) धोरण साधने	खुल्या बाजारातील कर्जरोख्यांची खरेदी विक्रीद्वारे पैशाचा पुरवठा समायोजित करणे, राखीव आवश्यकता	स्थिर पत स्थिती राखण्यावर लक्ष केंद्रित करते

९) पत माध्यम आणि पैसा माध्यम	पैसा माध्यम महत्त्वपूर्ण आहे: पैशाच्या पुरवठ्यातील बदलांचा अधिकृत विक्रेतावर परिणाम होतो	पत माध्यम : पतपुरवठ्यातील बदल आर्थिक क्रियाकलापांवर परिणाम करतात
१०) बँकिंग क्षेत्राची भूमिका	पैशाची निर्मिती आणि तरलता यावर लक्ष केंद्रित	पत निर्मिती, कर्ज देणे आणि मध्यस्थीमध्ये मध्यवर्ती भूमिका
११) वास्तविक अर्थव्यवस्थेवर परिणाम	पैशाच्या पुरवठ्यातील बदलांचा थेट परिणाम आर्थिक चलांवर होतो	कर्जाची उपलब्धता कर्जाद्वारे वास्तविक अर्थव्यवस्थेवर परिणाम करते
१२) वित्तीय स्थिरता दृष्टीकोन	पैसा पुरवठा व्यवस्थापनाद्वारे किंमत स्थिरतेवर लक्ष केंद्रित	पत बाजारपेठ आणि बँकिंग क्षेत्रातील स्थिरतेवर जोर देते
१३) अनुभवजन्य प्रमाणीकरण	पैशाचा पुरवठा आणि चल यांच्यातील ऐतिहासिक सहसंबंध	वित्तीय निर्देशकांवर पत गतिशीलतेच्या प्रभावाचा अभ्यास करते
१४) धोरण परिणाम	वित्तीय स्थिरतेसाठी चलन पुरवठा वाढ समायोजित करणे	आर्थिक वृद्धीसाठी पुरेशी पत उपलब्धता सुनिश्चित करणे

बहुविकल्पी प्रश्न

१) चलनविषयक धोरण प्रामुख्याने ---------- ला प्रभावित करते.
अ) महागाई **ब)** रोजगार **क)** देवाणघेवाण **ड)** वाढ

२) ---------- स्थिरता राखणे हे चलनविषयक धोरणाचे प्रमुख उद्दिष्ट आहे.
अ) वित्तीय **ब)** किंमत **क)** व्यापार **ड)** राजकीय

३) चलनविषयक धोरणाचे मुख्य उद्दिष्ट ---------- नियंत्रित करणे आहे.
अ) पैसा **ब)** व्याज **क)** पत **ड)** तरलता

४) चलनविषयक धोरणाचे उद्दिष्ट ---------- आणि स्थिरता यांच्यातील समतोल राखणे आहे.
अ) लवचिकता **ब)** स्वातंत्र्य **क)** वाढ **ड)** स्वायत्तता

५) २००७–२००९ वित्तीय संकटादरम्यान, चलनविषयक धोरण ---------- वर केंद्रित होते.
अ) उत्तेजना **ब)** काटेकोरपणा **क)** नियमनमुक्ती **ड)** विस्तार

६) वित्तीय संकटानंतर चलनविषयक धोरणात ---------- च्या दिशेने बदल झाला.
अ) घट्ट करणे **ब)** सैल करणे **क)** पुनर्रचना **ड)** राष्ट्रीयीकरण

७) कोविड–१९ नंतर चलनविषयक धोरणाने अभूतपूर्व ---------- उपायांद्वारे प्रतिसाद दिला.
अ) काटेकोरपणा **ब)** उत्तेजना **क)** नियमन **ड)** आकुंचन

८) बदललेल्या भू–राजकीय परिस्थितीने चलनविषयक धोरणाला ---------- विचारात घेण्यास भाग पाडले आहे.
अ) प्रादेशिकता **ब)** जागतिकीकरण **क)** अलगाववाद **ड)** विखंडन

९) उदयोन्मुख बाजारपेठांमध्ये, चलनविषयक धोरणाला अनेकदा ---------- शी संबंधित आव्हानांचा सामना करावा लागतो.
अ) अस्थिरता **ब)** स्थिरता **क)** एकरूपता **ड)** काटेकोरपणा

१०) उदयोन्मुख बाजारपेठेतील चलनविषयक धोरणासाठी ---------- आणि वाढ यांच्यातील नाजूक संतुलन आवश्यक आहे.
अ) महागाई **ब)** मंदी **क)** विस्तार **ड)** आकुंचन

११) पैसा दृष्टीकोन आर्थिक परिणामांना आकार देण्यासाठी ---------- च्या भूमिकेवर जोर देतो.
अ) चलन **ब)** पत **क)** महागाई **ड)** सरकार

१२) पत दृष्टीकोन वित्तीय प्रणालीमध्ये ---------- चे महत्त्व अधोरेखित करतो.
अ) कर्ज **ब)** पैसा **क)** व्यापार **ड)** इक्विटी

१३) पैसा दृष्टीकोनाचा मध्यवर्ती सिद्धांत असा आहे की ---------- हे आर्थिक क्रियाकलापांचे प्रमुख चालक आहेत.
अ) पैशांचा पुरवठा **ब)** व्याजदर **क)** राजकोषीय धोरण **ड)** ग्राहक खर्च

१४) पत दृष्टीकोन असा युक्तिवाद करतो की ---------- मधील बदलांचा अर्थव्यवस्थेवर अधिक खोल परिणाम होतो.
अ) पैशांचा पुरवठा **ब)** व्याजदर **क)** राजकोषीय धोरण **ड)** ग्राहक खर्च

१५) कोविड-१९ साथीच्या रोगानंतरच्या काळात चलनविषयक धोरणाला --------- अधिक समन्वय आवश्यक आहे.

अ) राजकोषीय **ब)** चलनविषयक **क)** नियामक **ड)** आंतरराष्ट्रीय

१६) कोविड-१९ नंतरचे जागतिक आर्थिक परिदृश्य चलनविषयक धोरणाकडे अधिक --------- दृष्टिकोनाची मागणी करते.

अ) आक्रमक **ब)** सावध **क)** प्रगतीशील **ड)** पारंपरिक

१७) कोविड-१९ साथीच्या रोगाला प्रतिसाद म्हणून चलनविषयक धोरण अधिक --------- वृत्तीकडे वळले.

अ) विस्तारक **ब)** आकुंचनकारक **क)** तटस्थ **ड)** काटेकोरपणा

१८) कोविड-१९ नंतरच्या चलनविषयक धोरणाचे विकसित होणारे स्वरूप --------- लवचिकतेवर लक्ष केंद्रित करते.

अ) वित्तीय **ब)** आर्थिक **क)** सामाजिक **ड)** राजकीय

१९) २००७ पासून चलनविषयक धोरणामध्ये मध्यवर्ती बँकांकडून --------- वाढ झाली आहे.

अ) स्वायत्तता **ब)** पारदर्शकता **क)** हस्तक्षेप **ड)** नियमनमुक्ती

२०) आर्थिक आव्हानांना सामोरे जाण्यासाठी --------- च्या गरजेवर कोविड नंतरच्या चलनविषयक धोरणाचा प्रभाव पडतो.

अ) नवोपक्रम **ब)** नियमन **क)** अलगाव **ड)** विखंडन

२१) उदयोन्मुख बाजारपेठा अनेकदा --------- आणि स्थिरता यांच्यातील व्यापार-बंदाशी संघर्ष करतात.

अ) वृद्धी **ब)** महागाई **क)** मंदी **ड)** आकुंचन

२२) वित्तीय संकटानंतरच्या चलनविषयक धोरणात --------- चे महत्त्व अधोरेखित केले.

अ) लवचिकता **ब)** कडकपणा **क)** विविधीकरण **ड)** काटेकोरपणा

२३) कोविड-१९ नंतरच्या चलनविषयक धोरणातील बदल --------- च्या दिशेने वाटचाल दर्शवते.

अ) राष्ट्रवाद **ब)** जागतिकीकरण **क)** प्रादेशिकता **ड)** एकत्रीकरण

२४) उदयोन्मुख बाजारपेठेतील चलनविषयक धोरण अनेकदा --------- विचारांनी प्रभावित होते.

अ) राजकीय **ब)** वित्तीय **क)** सामाजिक **ड)** सांस्कृतिक

२५) चलनविषयक धोरणाची उद्दिष्टे --------- आणि समग्र-आर्थिक स्थिरता या दोन्हींचा समावेश करतात.

अ) सूक्ष्म-आर्थिक **ब)** राजकोषीय **क)** चलनविषयक **ड)** देवाणघेवाण

उत्तरे : १) अ, २) ब, ३) क, ४) क, ५) अ, ६) ब, ७) ब, ८) ब, ९) अ, १०) अ, ११) ब, १२) अ, १३) अ, १४) अ, १५) अ, १६) ब, १७) अ, १८) अ, १९) क, २०) अ, २१) ब, २२) अ, २३) ब, २४) अ, २५) क..

सरावासाठी प्रश्न

प्र. १. पुढील प्रश्नांची सविस्तर उत्तरे द्या.

१) चलनविषयक धोरण म्हणजे काय? चलनविषयक धोरणाची व्याप्ती स्पष्ट करा.

२) चलनविषयक धोरणाची उद्दिष्टये स्पष्ट करा.

३) चलनविषयक धोरणाचे महत्त्व विशद करा.

४) २००७-२००९ च्या वित्तीय अरिष्ठापासूनचे चलनविषयक धोरण स्पष्ट करा.

५) कोविड-१९ महामारीनंतरच्या चलनविषयक धोरणाबद्दल आणि बदललेल्या भौगोलिक-राजकीय परिस्थितीबद्दल विवेचन करा.

६) उदयोन्मुख बाजारपेठांमधील चलनविषयक धोरणाची माहिती सांगा.

७) चलनविषयक धोरणाचे पैसा दृष्टीकोन आणि पत दृष्टीकोन याबाबत लिहा.

८) चलनविषयक धोरणाचे पैसा दृष्टीकोन आणि पत दृष्टीकोन यामधील फरक स्पष्ट करा.

प्र. २. खालील विषयांवर टिपा लिहा:

१) चलनविषयक धोरणाची व्याप्ती.

२) चलनविषयक धोरणाची उद्दिष्टे.

३) चलनविषयक धोरणाची नवीन व्यूहरचना.

४) चलनविषयक धोरणाचे हेतू.

५) चलनविषयक धोरणाची साधने.

६) पैसा दृष्टीकोन.

७) पत दृष्टीकोन.

८) चलनविषयक धोरणाचे महत्त्व.

प्रकरण २

आधुनिक चलनविषयक सिद्धांत (एमएमटी)

▶ प्रस्तावना :

आधुनिक चलनविषयक सिद्धांत (एमएमटी) हा एक विषम आर्थिक सिद्धांत आहे जो चलनाला सार्वजनिक मक्तेदारी आणि बेरोजगारी म्हणून वर्णन करतो. एक चलन मक्तेदारी कर भरण्यासाठी आणि बचत इच्छा पूर्ण करण्यासाठी आवश्यक असलेल्या वित्तीय मालमत्तेच्या पुरवठ्यावर अत्याधिक प्रतिबंध करत आहे. एमएमटीच्या मते, सरकारांना कर्ज जमा करण्याबद्दल काळजी करण्याची गरज नाही कारण ते व्याज देण्यासाठी राजकोषीय धोरण वापरून नवीन पैसे तयार करू शकतात. एमएमटीचा असा युक्तिवाद आहे की अर्थव्यवस्था पूर्ण रोजगारावर पोहोचल्यानंतर प्राथमिक जोखीम म्हणजे महागाई, जी खर्चावर एकमात्र मर्यादा म्हणून काम करते. खासगी क्षेत्राची खर्च करण्याची क्षमता कमी करण्यासाठी प्रत्येकावर कर वाढवून महागाईवर मात करता येईल, असाही एमएमटीचा तर्क आहे. एमएमटी वादग्रस्त आहे आणि त्याच्या सैद्धांतिक अखंडतेबद्दल, त्याच्या समर्थकांच्या धोरणात्मक शिफारशींचे परिणाम आणि ते पारंपरिक समग्रलक्षी अर्थशास्त्रापेक्षा किती प्रमाणात वेगळे आहे याबद्दलच्या संवादांद्वारे सक्रियपणे वादविवाद करत आहे. एमएमटीचा समग्रलक्षी अर्थशास्त्र सिद्धांताच्या मुख्य प्रवाहातील आकलनाला विरोध आहे आणि अनेक मुख्य प्रवाहातील अर्थतज्ज्ञांनी त्यावर जोरदार टीका केली आहे.

▶ २.१ आधुनिक चलनविषयक सिद्धांत (एमएमटी) अर्थ आणि इतिहास :

आधुनिक चलनविषयक सिद्धांत (एमएमटी) ही आर्थिक विचारांची एक महत्त्वाची नवीन शाखा आहे ज्याचा सरकार आणि राष्ट्रीय अर्थव्यवस्था कशा प्रकारे चालतात यावर मोठा परिणाम होतो. हे सरकारांना इतर देशांकडून कर आकारणी किंवा कर्ज घेण्यावर अवलंबून न राहता कार्यक्रम आणि गुंतवणुकीसाठी निधी उपलब्ध करून देते आणि त्यांच्या पैशांचा पुरवठा जबाबदारीने व्यवस्थापित करण्याचा मार्ग देते. आधुनिक चलनविषयक सिद्धांत (एमएमटी) हा २० व्या शतकाच्या उत्तरार्धात विकसित झालेला एक व्यापक आर्थिक सिद्धांत आहे जो पैसा आणि सरकारी वित्तविषयक पारंपरिक सिद्धांतांना पर्याय प्रदान करतो.

२.१.१ अर्थ :

आधुनिक चलनविषयक सिद्धांत (एमएमटी) हा एक असा आर्थिक सिद्धांत आहे जो अर्थव्यवस्थेतील सरकारी खर्च आणि कर आकारणीच्या भूमिकेवर केंद्रित आहे. तो सूचित करतो की सरकार त्यांच्या अर्थव्यवस्था व्यवस्थापित

करण्यासाठी कर आकारणी आणि खर्च यासारख्या राजकोषीय धोरणाचा वापर करू शकतात. एमएमटी सरकारला त्यांची आर्थिक उद्दिष्टे साध्य करण्यासाठी आवश्यकतेनुसार खर्च आणि कर करण्याची परवानगी द्यावी या तत्त्वावर आधारित आहे. हे पारंपारिक राजकोषीय धोरणाच्या विरुद्ध आहे, जे बअंदाजपत्रक संतुलित करण्यासाठी आवश्यक असेल तेव्हाच खर्च आणि कर लावावा या विश्वासावर आधारित आहे.

२.१.२ व्याख्या :

आधुनिक चलनविषयक सिद्धांताच्या व्याख्या खालीलप्रमाणे आहेत :

१) स्टेफनी केल्टन :

''एमएमटी सरकारी वित्तविषयक पारंपारिक विचारांना आव्हान देते, ज्या देशांचे त्यांच्या चलनावर सार्वभौम नियंत्रण आहे ते कमाईच्या निर्बंधांशिवाय खर्च करू शकतात परंतु महागाईची जाणीव ठेवली पाहिजे.''

२) वॉरेन मोस्लर :

''एमएमटी अधोरेखित करते की अधिकृत चलन प्रणालीमध्ये; सरकार आराजकोषीयदृष्ट्या मर्यादित नाहीत आणि पैशाला सार्वजनिक मक्तेदारी म्हणून समजून घेण्याच्या महत्त्वावर लक्ष केंद्रित करून इच्छेनुसार चलन जारी करू शकतात.''

३) एल. रँडल रे :

''एमएमटी पैसा निर्माण करण्याच्या सरकारच्या भूमिकेवर लक्ष केंद्रित करते, असे प्रतिपादन करते की कर खर्चासाठी वित्तपुरवठा करत नाहीत परंतु महागाई व्यवस्थापित करण्यासाठी आणि चलनाचे मूल्य नियंत्रित करण्यासाठी आवश्यक आहेत.''

४) बिल मिशेल :

''एमएमटी खर्च करून पूर्ण रोजगार मिळवण्याच्या सरकारच्या जबाबदारीचे समर्थन करते, असे सुचवते की बेरोजगारी हा अपुऱ्या मागणीचा परिणाम आहे.''

२.१.३ आधुनिक चलनविषयक सिद्धांताचा इतिहास :

आधुनिक चलनविषयक सिद्धांत (एमएमटी) आर्थिक विचारांच्या चौकटीचे प्रतिनिधित्व करतो आणि सरकारी वित्त, राजकोषीय धोरण व अर्थव्यवस्थेतील तुटीच्या भूमिकेवरील पारंपारिक विचारांना आव्हान देते. एमएमटीची ऐतिहासिक उत्क्रांती विविध आर्थिक सिद्धांत, विचारवंत आणि महत्त्वपूर्ण घटनांद्वारे शोधली जाऊ शकते ज्याने त्याच्या विकासासाठी पाया घातला.

१) चार्टलिझम आणि आर्थिक पाया :

एमएमटीच्या प्रमुख पूर्वसूचकांपैकी एक म्हणजे चार्टलिझम, २०व्या शतकाच्या सुरुवातीस उदयास आलेला एक सिद्धांत. जॉर्ज फ्रेडरिक नॅप यांनी त्यांच्या द स्टेट थिअरी ऑफ मनी (१९०५) या पुस्तकात असा युक्तिवाद केला आहे की पैशाचे मूल्य कायदेशीर निविदा म्हणून लागू करण्याच्या राज्याच्या अधिकारातून प्राप्त होते. यामुळे पैसा ही वस्तू म्हणून नव्हे तर राज्याच्या अधिकाराद्वारे समर्थित सामाजिक रचना म्हणून समजून घेण्याचा पाया घातला गेला.

२) कार्यात्मक वित्तपुरवठा आणि पोस्ट-केनेशियन अर्थशास्त्र :

अब्बा लर्नर सारख्या अर्थशास्त्रज्ञांनी २० व्या शतकाच्या मध्यात कार्यात्मक वित्तपुरवठा ही संकल्पना विकसित केली. अर्थसंकल्पात समतोल राखण्यापेक्षा या उद्दिष्टांना प्राधान्य देऊन पूर्ण रोजगार आणि किंमत स्थिरता यासारखी आर्थिक उद्दिष्टे साध्य करण्यासाठी कार्यात्मक वित्ताने राजकोषीय धोरणाचा पुरस्कार केला. या कल्पनेने

सरकारी खर्च आणि करांच्या पारंपरिक विचारांना आव्हान दिले. हायमन मिन्स्की आणि वाईन गोडले सारख्या पोस्ट-केनेशियन अर्थशास्त्रज्ञांनी या कल्पनांचा आणखी विस्तार केला. मिन्स्कीचे आर्थिक अस्थिरतेचे गृहितक आणि गॉडलेच्या क्षेत्रीय समतोल दृष्टिकोनाने राजकोषीय धोरण, चलनविषयक धोरण आणि वित्तीय स्थिरता यांच्यातील संबंध समजून घेण्यास हातभार लावला.

३) प्रारंभिक विकास आणि योगदान :

आधुनिक चलनविषयक सिद्धांत या शब्दाला १९९० च्या दशकात मान्यता मिळू लागली. वॉरन मॉस्लर, हेज फंड व्यवस्थापक आणि अर्थशास्त्रज्ञ यांनी एमएमटी तत्त्वांच्या सुरुवातीच्या विकासात महत्त्वपूर्ण योगदान दिले. त्यांच्या सॉफ्ट करन्सी इकॉनॉमिक्स या पुस्तकाने कल्पना मांडल्या ज्या नंतरच्या एमएमटी संकल्पनांशी सरेखित झाल्या, फिएट मनी सिस्टीममध्ये वित्तीय अडचणींशिवाय चलन जारी करण्याच्या सरकारच्या सामर्थ्यावर जोर दिला.

४) प्रमुख व्यक्तींचे योगदान :

स्टेफनी केल्टन हे एमएमटी विकासामधील एक प्रमुख व्यक्ती असून त्यांनी या कल्पनांना आणखी लोकप्रिय केले. द डेफिसिट मिथ यासारखे त्यांचे कार्य एमएमटी संकल्पना मुख्य प्रवाहात आर्थिक चर्चेत आणण्यासाठी महत्त्वपूर्ण ठरले आहे. सरकारी खर्च, कर आणि चलनवाढ यांच्यातील संबंधांवर केल्टनचा भर एमएमटीच्या मुख्य तत्त्वांमध्ये केंद्रस्थानी आहे. बिल मिशेल, रँडल रे, पावलिना टेचेरनेवा आणि इतर अर्थशास्त्रज्ञांनी देखील एमएमटीच्या विकास आणि शुद्धीकरणात महत्त्वपूर्ण योगदान दिले आहे. उदाहरणार्थ, मिशेलने बेरोजगारी आणि अपुरी मागणी यांच्यातील संबंधांवर जोर दिला, पूर्ण रोजगार मिळविण्यासाठी सरकारी खर्चाचा पाठपुरावा केला.

५) जागतिक वित्तीय संकट आणि एमएमटीचा उदय :

२००७-२००८ च्या जागतिक वित्तीय संकटामुळे पर्यायी आर्थिक सिद्धांतांमध्ये नवीन रूची निर्माण झाली. पारंपारिक आर्थिक विचारांना आव्हान देणारी स्पष्टीकरणे आणि उपाय प्रदान करण्यासाठी एमएमटीने या काळात लक्ष वेधले. त्याच्या समर्थकांनी राजकोषीय आणि चलनविषयक धोरणासाठी वेगळ्या दृष्टिकोनाचा युक्तिवाद केला, विशेषतः आर्थिक मंदी आणि बेरोजगारी संबोधित करण्यासाठी हे करण्यात आले.

६) उत्क्रांती आणि सतत चर्चा :

एमएमटी हा अर्थशास्त्र समुदायामध्ये सतत चर्चेचा, शुद्धीकरणाचा आणि वादाचा विषय राहिला आहे. अर्थव्यवस्थेच्या व्यवस्थापनात राजकोषीय धोरणाच्या भूमिकेच्या अधिक विस्तृत दृष्टिकोनासाठी समर्थकांनी पाठपुरावा करून तिची तत्त्वे आणि धोरणात्मक परिणामांचे विश्लेषण केले आहे आणि त्यावर विस्तृत चर्चा केली आहे. शेवटी, आधुनिक चलनविषयक सिद्धांताचा ऐतिहासिक विकास विविध आर्थिक सिद्धांत, प्रमुख विचारवंतांचे योगदान आणि वित्तीय संकटांना दिलेल्या प्रतिसादांच्या अभिसरणातून शोधला जाऊ शकतो. हे पारंपारिक आर्थिक विचारांपासून दूर जाण्याचे प्रतिनिधित्व करते, सरकारी वित्तविषयक प्रस्थापित कल्पनांना आव्हान देते आणि वित्तीय स्थिरता आणि पूर्ण रोजगार प्राप्त करण्यासाठी राजकोषीय धोरणाची भूमिका समजून घेण्यासाठी नवीन मार्ग उघडते.

▶ २.२ आधुनिक चलनविषयक सिद्धांताचे सूचितार्थ आणि परिणाम :

आधुनिक चलनविषयक सिद्धांत हा एक तुलनेने नवीन आर्थिक सिद्धांत आहे ज्याने चलनविषयक धोरणाविषयी आपल्या विचार करण्याच्या पद्धतीवर महत्त्वपूर्ण प्रभाव टाकला आहे. हे या कल्पनेवर आधारित आहे की वित्तीय स्थिरता प्राप्त करण्यासाठी सरकारांना त्यांच्या अंदाजपत्रकात समतोल साधण्याची आवश्यकता नाही.

२.२.१ आधुनिक चलनविषयक सिद्धांताचे सूचितार्थ :

आधुनिक चलनविषयक सिद्धांताचे सूचितार्थ आर्थिक धोरण, सरकारी खर्च, कर आकारणी, चलनवाढ व्यवस्थापन, रोजगार, सरकार आणि अर्थव्यवस्था यांच्यातील संबंधांची एकूण समज यावर प्रभाव पाडणारे व्यापक वर्णक्रम समाविष्ट करतात. एमएमटीचे सूचितार्थ शोधणे म्हणजे त्याची मुख्य तत्त्वे आणि त्यांचे आर्थिक आणि राजकोषीय धोरणाच्या विविध पैलूंवर होणारे संभाव्य परिणाम जाणून घेणे आवश्यक आहे.

१) **राजकोषीय धोरण आणि तूट परिभाषित करणे :**
सरकारने त्यांच्या अंदाजपत्रकात समतोल राखला पाहिजे, या परंपरागत विश्वासाला एमएमटी आव्हान देते. त्यांच्या चलनावर सार्वभौम नियंत्रण असलेली सरकारे तात्काळ प्रतिकूल परिणामांशिवाय आर्थिक विकासाल चालना देण्यासाठी तूट चालवू शकतात. तथापि, राजकोषीय धोरणाने चलनवाढीचा दबाव आणि वास्तविक संसाधनांची मर्यादा लक्षात ठेवली पाहिजे यावर जोर देण्यात आला आहे.

२) **सरकारी खर्च आणि करांची पुनर्कल्पना :**
एमएमटी केवळ सरकारी खर्चाला निधी पुरवण्यापासून करांवर लक्ष केंद्रित करत नाही त्याऐवजी, ते करांना महागाई व्यवस्थापित करण्यासाठी, उत्पन्न वितरणाला आकार देण्यासाठी आणि विशिष्ट वर्तनांना प्रोत्साहन देण्यासाठी किंवा हताश करण्यासाठी साधन म्हणून पाहते. सरकारी खर्चास एमएमटी अंतर्गत, सार्वजनिक उद्देश साध्य करण्यासाठी आणि आर्थिक क्रियाकलाप चालविण्याचे साधन म्हणून पाहिले जाते.

३) **नोकरीची हमी आणि पूर्ण रोजगार :**
एमएमटीचा मुख्य सूचितार्थ म्हणजे नोकरी हमी कार्यक्रमाचा पाठपुरावा करणे आहे. हे सूचित करते की सरकार काम करण्यास इच्छुक आणि सक्षम असलेल्या कोणालाही रोजगार देऊ शकते, ज्यामुळे पूर्ण रोजगाराची खात्री होईल. या उपक्रमाचा उद्देश अर्थव्यवस्था स्थिर करणे, अनैच्छिक बेरोजगारी दूर करणे आणि सामाजिक सुरक्षा जाळे प्रदान करणे आहे.

४) **कर्ज आणि व्याजदर :**
एमएमटी सार्वजनिक कर्जाच्या उच्च पातळीच्या पारंपारिक भीतीला आव्हान देते, असा युक्तिवाद करते की त्यांचे चलन जारी करणारे देश कर्ज व्यवस्थापित करण्यात अधिक लवचिक आहेत. केवळ महागाईवर नियंत्रण ठेवण्यापेक्षा किंवा सरकारी कर्जाचे व्यवस्थापन करण्यापेक्षा पूर्ण रोजगार मिळविण्यासाठी व्याजदर निश्चित केले जावेत यावर त्यात भर देण्यात आला आहे.

५) **संसाधनांचा वापर आणि महागाई व्यवस्थापन :**
महागाई वाढू न देता वाढीव खर्चासाठी अर्थव्यवस्थेची क्षमता मोजण्यासाठी वास्तविक संसाधनांच्या वापरावर लक्ष ठेवण्याच्या महत्त्वावर एमएमटी भर देते. उपलब्ध संसाधनांचा कार्यक्षमतेने वापर करताना किंमत स्थिरता राखण्यासाठी सरकारी खर्च आणि कर आकारणी समायोजित करण्याचा प्रस्ताव आहे.

६) **मध्यवर्ती बँकेच्या स्वातंत्र्याचे पुनर्मूल्यांकन :**
एमएमटी मध्यवर्ती बँकांच्या संपूर्ण स्वातंत्र्यावर प्रश्नचिन्ह उपस्थित करते, राजकोषीय आणि चलनविषयक धोरणांमधील जवळचा समन्वय प्रस्तावित करते. हे मध्यवर्ती बँकांच्या उद्दिष्टांना समग्र-आर्थिक उद्दिष्टांशी संरेखित करण्याचे सुचवते, मध्यवर्ती बँकेच्या स्वातंत्र्याच्या कल्पनेपासून पूर्णपणे दूर जाते.

७) **जागतिक आर्थिक दृष्टीकोन :**
एमएमटीचा परिणाम आंतरराष्ट्रीय व्यापार आणि विनिमय दरांपर्यंत आहे. हे व्यापार अधिशेषांसाठी प्रयत्न करण्याच्या कल्पनेला आव्हान देते आणि देशांतर्गत आर्थिक प्राधान्यांवर जोर देते, संभाव्य चलन मूल्यांकन आणि जागतिक व्यापार गतिशीलता प्रभावित करते.

८) सार्वजनिक सेवा आणि पायाभूत सुविधांमध्ये गुंतवणूक :

एमएमटी सार्वजनिक सेवा, पायाभूत सुविधा, आरोग्यसेवा आणि शिक्षणात वाढीव गुंतवणुकीसाठी पाठपुरावा करते. हे सूचित करते की जोपर्यंत वास्तविक संसाधने उपलब्ध आहेत, तोपर्यंत सरकार सामाजिक कल्याण सुधारण्यासाठी आणि आर्थिक उत्पादकता वाढविण्यासाठी तूट खर्चाचा वापर करू शकते.

९) आर्थिक प्राधान्यक्रम आणि धोरणांमध्ये बदल :

एमएमटी तत्त्वांची अंमलबजावणी करण्यासाठी आर्थिक प्राधान्यक्रमांची पुनर्रचना करणे आवश्यक आहे. यासाठी तूट कमी करण्याच्या कठोर उपायांऐवजी सार्वजनिक उद्देशाच्या खर्चावर अधिक भर देणे आवश्यक आहे. या बदलामुळे पारंपारिक आर्थिक धोरणांचे पुनर्मूल्यांकन करणे आवश्यक आहे.

१०) सामाजिक आणि राजकीय परिणाम :

एमएमटी तत्त्वे आत्मसात केल्याने सरकारी खर्च आणि वित्तीय व्यवस्थापनाबाबत सामाजिक आणि राजकीय दृष्टिकोनात संभाव्य बदल होतो. हे प्रचलित आर्थिक रुढिवादास आव्हान देते आणि आर्थिक धोरणनिर्मितीमध्ये एक नवीन नमुना स्वीकारणे आवश्यक मानते, संभाव्यत: राजकीय विचारधारा आणि राजकोषीय धोरणाबद्दल सार्वजनिक धारणा प्रभावित करते.

२.२.२ अर्थव्यवस्थेवर आधुनिक चलनविषयक सिद्धांताचे परिणाम :

अर्थव्यवस्थेवर आधुनिक चलनविषयक सिद्धांताच्या प्रभावाचे अन्वेषण करताना त्याची तत्त्वे विविध आर्थिक पैलूंना कसे आकार देऊ शकतात हे समजून घेणे समाविष्ट आहे. पुढे याचे तपशीलवार स्पष्टीकरण दिले आहे :

१) राजकोषीय धोरणावर भर :

आधुनिक चलनविषयक सिद्धांत वित्तीय व्यवस्थापनासाठी प्राथमिक साधन म्हणून राजकोषीय धोरणावर महत्त्वपूर्ण भर देते. चलनविषयक धोरणावर लक्ष केंद्रित करणाऱ्या पारंपारिक आर्थिक प्रारूपाच्या विपरीत, एमएमटीने असा युक्तिवाद केला आहे की सरकार, त्याचे चलन जारीकर्ता म्हणून, लक्ष्यित वित्तीय उपायांद्वारे अर्थव्यवस्थेचे व्यवस्थापन करण्यात सक्रिय भूमिका बजावू शकते. हा दृष्टिकोन मध्यवर्ती बँकांद्वारे नियंत्रित चलनविषयक धोरण वित्तीय स्थिरतेचे प्राथमिक माध्यम आहे या प्रचलित कल्पनेला आव्हान देतो.

२) चलन जारीकर्ता म्हणून सरकार :

एमएमटी त्यांच्या चलनावर सार्वभौम नियंत्रण असलेली सरकारे, कुटुंबे किंवा व्यवसायांप्रमाणे आर्थिकदृष्ट्या मर्यादित नाहीत, असे प्रतिपादन करून सरकारी वित्तविषयक पारंपारिक विचारांना आव्हान देते. ते असा युक्तिवाद करते की ही सरकारे आवश्यकतेनुसार पैसे तयार करू शकतात आणि कर महसूल किंवा त्यांच्या खर्चासाठी कर्ज घेण्यावर अवलंबून नाहीत. हा दृष्टीकोन मूलभूतपणे सरकारी वित्तीय क्षमतेची समज बदलतो आणि धोरणनिर्मितीवर त्याचा परिणाम होतो.

३) तूटीबाबत अपारंपरिक दृष्टीक्षेप :

एमएमटी सरकारी तुटीबाबतच्या पारंपरिक ज्ञानास आव्हान देते. पारंपारिक आर्थिक विचारसरणी अनेकदा उच्च तुटीकडे शाश्वत आणि संभाव्य हानीकारक म्हणून पाहत असताना, एमएमटीचे म्हणणे आहे की तूट विशिष्ट मर्यादेत, मूळतः समस्याप्रधान नाही. त्याऐवजी, एमएमटीचा असा युक्तिवाद आहे की तूट हा अर्थव्यवस्थेला स्थिर करण्याच्या सरकारी प्रयत्नांचा नैसर्गिक परिणाम असतो, विशेषत: आर्थिक मंदीच्या काळात हे आढळून येते.

४) रोजगार हमी कार्यक्रम :

एमएमटीचा मुख्य प्रस्ताव म्हणजे रोजगार हमी कार्यक्रमाची अंमलबजावणी. हा कार्यक्रम सुचवितो की सरकारने शेवटचा उपाय म्हणून नियोक्ता म्हणून काम केले पाहिजे. जे लोक काम करण्यास इच्छुक आणि सक्षम आहेत परंतु खाजगी क्षेत्रात संधी मिळू शकत नाहीत अशा सर्व व्यक्तींना रोजगार देऊ शकतो. हा दृष्टीकोन पूर्ण रोजगार प्राप्त करणे यावर भर देतो आणि आर्थिक क्रियाकलापांना चालना देण्यासाठी चलनविषयक धोरणावरील पारंपारिक अवलंबनास पर्याय प्रदान करतो.

५) प्राथमिक मर्यादा म्हणून चलनवाढ :

एमएमटी सरकारी खर्चावरील प्राथमिक मर्यादा म्हणून चलनवाढ ओळखते. अर्थसंकल्पीय तुटीवर पारंपारिक लक्ष केंद्रित करण्यापेक्षा, एमएमटी समर्थकांचा असा युक्तिवाद आहे की धोरणकर्त्यांनी महागाईच्या दबावावर बारकाईने लक्ष ठेवले पाहिजे आणि त्यानुसार राजकोषीय धोरण समायोजित केले पाहिजे. हा दृष्टीकोन धोरणात्मक चर्चेला तूट कमी करण्यावरील संकुचित फोकसपासून अर्थव्यवस्थेवर, विशेषत: किंमत स्थिरतेच्या दृष्टीने, सरकारी खर्चाच्या एकूण प्रभावाच्या व्यापक विचाराकडे वळवतो.

६) कार्यात्मक वित्तपुरवठा दृष्टीकोन :

विशिष्ट आर्थिक उद्दिष्टे साध्य करण्यासाठी राजकोषीय धोरणाच्या कार्यात्मक भूमिकेवर जोर देऊन एमएमटी एक कार्यात्मक वित्तपुरवठा दृष्टीकोन सादर करतो. संतुलित अर्थसंकल्पाचा कठोरपणे पाठपुरावा करण्याऐवजी एमएमटी सुचवते की धोरणकर्त्यांनी बेरोजगारी, असमानता आणि वित्तीय अस्थिरता यासारख्या समस्यांचे निराकरण करण्यासाठी राजकोषीय धोरण वापरावे. अर्थसंकल्पीय विचारांना नेहमीच वित्तीय निर्णय घेताना प्राधान्य दिले पाहिजे या पारंपारिक कल्पनेला हा दृष्टिकोन आव्हान देतो.

७) चलनविषयक धोरणाच्या भूमिकेत घट :

पारंपारिक आर्थिक प्रारूपात मध्यवर्ती बँका आर्थिक क्रियाकलापांवर प्रभाव टाकण्यासाठी व्याजदर समायोजन वापरतात, याउलट एमएमटी चलनविषयक धोरणाची भूमिका कमी करते. चलनविषयक साधनांचे महत्त्व पूर्णपणे न नाकारता एमएमटीने असा युक्तिवाद केला की चलनविषयक धोरणाने अर्थव्यवस्था स्थिर करण्यासाठी पुढाकार घेतला पाहिजे. हा दृष्टीकोन वित्तीय व्यवस्थापनाच्या अग्रस्थानी राजकोषीय धोरण ठेवणाऱ्या सनातनी वृत्तीला आव्हान देतो.

८) आंतरराष्ट्रीय परिणाम :

एमएमटीचा प्रभाव आंतरराष्ट्रीय अर्थशास्त्राच्या क्षेत्रापर्यंत आहे. हे संतुलित व्यापाराची गरज आणि विनिमय दरांच्या भूमिकेबद्दल पारंपारिक कल्पनांना आव्हान देते. एमएमटी समर्थकांचा असा युक्तिवाद आहे की देशांनी देशांतर्गत आर्थिक उद्दिष्टांना प्राधान्य दिले पाहिजे आणि व्यापार असमतोलाच्या चिंतेने जास्त विवश होऊ नये. या दृष्टीकोनाचा जागतिक आर्थिक संबंध आणि व्यापार धोरणांवर परिणाम होऊ शकतो, ज्यामुळे देशांतर्गत आणि आंतरराष्ट्रीय आर्थिक विचारांमधील योग्य संतुलनाबद्दल वादविवाद होऊ शकतात.

९) कर्ज शाश्वततेबाबत चर्चा :

एमएमटी सरकारी कर्जाच्या शाश्वततेबद्दल लक्षणीय वादविवाद निर्माण करते. समीक्षकांनी चिंता व्यक्त केली की अमर्यादित सरकारी खर्चामुळे महागाई, चलनाचे अवमूल्यन आणि वित्तीय व्यवस्थेवरील विश्वास कमी होऊ शकतो. दुसरीकडे, समर्थकांचा असा युक्तिवाद आहे की एमएमटी आधुनिक अर्थव्यवस्था कशाप्रकारे कार्य करते याबद्दल अधिक वास्तववादी समज प्रदान करते आणि अनियंत्रित कर्ज-ते-जीडीपी गुणोत्तरांऐवजी चलनवाढीवर लक्ष केंद्रित करणे हे राजकोषीय जबाबदारीचे अधिक अचूक उपाय आहे.

१०) राजकीय अर्थव्यवस्थेचा विचार :

एमएमटीच्या स्वीकृती आणि अंमलबजावणीमध्ये राजकीय अर्थव्यवस्थेच्या विचारांचा समावेश आहे. हे यथास्थिती आणि प्रचलित आर्थिक रूढीवादाला आव्हान देते, ज्यासाठी धोरणकर्त्यांच्या मानसिकतेत बदल आवश्यक आहे. एमएमटी तत्त्वांचा अवलंब केवळ आर्थिक तर्कावरच अवलंबून नाही तर अपारंपरिक धोरणात्मक उपायांचा स्वीकार करण्याच्या राजकीय इच्छाशक्तीवरही अवलंबून आहे. आर्थिक सिद्धांत आणि राजकीय विचारांच्या या छेदनबिंदूमुळे एमएमटीचा अर्थव्यवस्थेवरील प्रभाव व्यापक सामाजिक आणि राजकीय गतिशीलतेवर होतो.

▶ २.३ आधुनिक चलनविषयक सिद्धांताच्या अंमलबजावणीतील आव्हाने आणि संभाव्य जोखीम :

पारंपारिक चलनविषयक धोरणाला पर्याय म्हणून आधुनिक चलनविषयक सिद्धांत (एमएमटी) अलीकडच्या काळात विकसित होत आहे. पारंपारिक केनेशियन आणि मौद्रिक सिद्धांतांपेक्षा अर्थव्यवस्थेचे व्यवस्थापन करण्यासाठी एमएमटी एक वेगळा दृष्टीकोन प्रस्तावित करते आणि अर्थव्यवस्थेला अधिक लवचिक व न्याय्य बनण्यास मदत करण्याच्या क्षमतेबद्दल प्रशंसा केली गेली आहे. तथापि, एमएमटीची अंमलबजावणी करण्यात काही आव्हाने देखील आहेत.

२.३.१ आधुनिक चलनविषयक सिद्धांताची आव्हाने :

आधुनिक चलनविषयक सिद्धांत (एमएमटी) परिवर्तनशील आर्थिक धोरणांचा प्रस्ताव देत असताना, त्याचा अवलंब आणि उपयोग करण्यात काही आव्हाने आहेत, ती पुढीलप्रमाणे :

१) महागाई नियंत्रण आणि वास्तविक संसाधनांचा वापर :

खर्चाच्या जोखमींचा अतिरेक आणि चलनवाढ मोजण्यासाठी वास्तविक संसाधनांच्या वापरावर लक्ष ठेवण्यावर एमएमटीचा भर आहे. सिद्धांत वाढीव खर्चासाठी उपलब्ध संसाधनांचा वापर करण्याचे समर्थन करत असताना, या क्षमता अचूकपणे निर्धारित करणे क्लिष्ट आहे. उपलब्ध संसाधनांचा अतिरेक केल्याने जास्त खर्च होऊ शकतो, संसाधनांवर ताण येऊ शकतो आणि महागाईचा दबाव येऊ शकतो. शिवाय, इष्टतम संसाधन वाटप सुनिश्चित करण्यासाठी उत्पादक आणि अ-उत्पादक खर्चामध्ये फरक करणे महत्त्वपूर्ण बनते.

२) सार्वजनिक धारणा आणि राजकीय इच्छा :

एमएमटी स्वीकारण्यासाठी जनता आणि धोरणकर्त्यांना पटवणे हे एक मोठे आव्हान आहे. वाढीव तूट आणि नोकरीच्या हमींचा पाठपुरावा करून हे आर्थिक विश्वासांना आव्हान देते. पारंपारिक आर्थिक सिद्धांतांचे पालन करणाऱ्यांच्या शंका आणि प्रतिकारांवर मात करण्यासाठी व्यापक शिक्षण, पारदर्शकता आणि आकलनामध्ये गहन बदल आवश्यक आहे, ज्याला अनेकदा राजकीय विचारसरणी आणि सार्वजनिक भीतीमुळे अडथळा येतो.

४) संभाव्य वित्तीय शिस्तीची चिंता :

राजकोषीय धोरणामध्ये एमएमटीला परवानगी देणारी लवचिकता राजकोषीय शिस्त राखण्याबाबत चिंता वाढवू शकते. एमएमटी सार्वजनिक उद्देश साध्य करण्यासाठी सरकारच्या खर्च करण्याच्या क्षमतेवर भर देत असताना, विवेकपूर्ण व्यवस्थापनाशिवाय जास्त खर्च केल्याने संसाधनांचे चुकीचे वाटप होऊ शकते. वित्तीय अस्थिरता टाळण्यासाठी आर्थिक विकासाचे साधन म्हणून तूट खर्चाचा लाभ घेताना शिस्त पाळणे महत्त्वाचे ठरते.

४) धोरणाची अंमलबजावणी :

एमएमटी धोरणे प्रभावीपणे अंमलात आणल्याने प्रशासन आणि देखरेखीमध्ये आव्हाने निर्माण होतात. कार्यक्षम अंमलबजावणी सुनिश्चित करणे, भ्रष्टाचार रोखणे आणि उत्पादक गुंतवणुकीसह खर्च संरेखित करणे यासाठी मजबूत प्रशासन संरचना आवश्यक आहे. गैरव्यवस्थापन, अकार्यक्षमता किंवा अपुरी देखरेख यामुळे संसाधनांचा अप्रभावी वापर होऊ शकतो, ज्यामुळे शाश्वत आर्थिक विकासात अडथळा येऊ शकतो.

५) महागाई लक्ष्यीकरण आणि किंमत स्थिरता :

एमएमटी संसाधन-आधारित चलनवाढ नियंत्रणावर जोर देते, तर महागाईचा अचूक अंदाज बांधणे अवघड आहे. संसाधन क्षमता ओव्हरशूटिंग किंवा मागणी-बाजूच्या चलनवाढीच्या दबावाला कमी लेखल्याने वित्तीय अस्थिरता निर्माण होऊ शकते. आर्थिक विकासाला चालना देताना किंमत स्थिरता राखण्यासाठी राजकोषीय धोरणे स्वीकारण्यासाठी अचूक मूल्यांकन, सतत देखरेख आणि जलद धोरण समायोजन आवश्यक आहे.

६) राजकोषीय आणि चलनविषयक धोरण यांच्यातील समन्वय :

एमएमटीच्या प्रस्तावानुसार राजकोषीय आणि चलनविषयक धोरणांचे सरेखन करताना आव्हानांना सामोरे जावे लागू शकते. या धोरणांच्या समन्वयामध्ये सरकारी अधिकारी आणि स्वतंत्र मध्यवर्ती बँका यांच्यातील सहकार्याचा समावेश आहे. हे समन्वय मध्यवर्ती बँकांच्या पारंपारिक स्वातंत्र्याला आव्हान देऊ शकते, संभाव्यत: धोरण प्राधान्यक्रम आणि निर्णय घेण्याच्या चौकटीमध्ये संघर्ष होऊ शकतो.

७) जागतिक आर्थिक परिणाम आणि व्यापार गतिशीलता :

जागतिक संदर्भात एमएमटी धोरणांची अंमलबजावणी केल्याने आंतरराष्ट्रीय व्यापार गतीशीलतेबद्दल चिंता निर्माण होते. व्यापार अधिशेषांपेक्षा देशांतर्गत उद्दिष्टांना प्राधान्य दिल्याने राजनयिक संबंधांवर ताण येऊ शकतो आणि चलन मूल्यांवर परिणाम होऊ शकतो. संभाव्यत: व्यापारात असमतोल निर्माण होऊ शकतो किंवा व्यापार भागीदारांकडून प्रतिशोधात्मक उपाय सुरू होऊ शकतात.

८) रोजगार हमी कार्यक्रम अंमलबजावणी :

रोजगार हमी कार्यक्रमाची अंमलबजावणी करणे, एमएमटीचा एक केंद्रीय सिद्धांत, लॉजिस्टिक आव्हाने उभी करतो. सर्व इच्छुक आणि सक्षम कामगारांसाठी अर्थपूर्ण आणि शाश्वत नोकऱ्या निर्माण करण्यासाठी व्यापक नियोजन, संसाधन वाटप आणि सतत देखरेख आवश्यक आहे. या नोकऱ्या सामाजिक गरजांशी सुसंगत आहेत आणि अर्थव्यवस्थेत सकारात्मक योगदान देत आहेत याची काळजी घेणे आवश्यक आहे.

९) दीर्घकालीन शाश्वतता आणि कर्जाची चिंता :

तूट आणि सार्वजनिक कर्जाबाबत एमएमटीचा शिथिल दृष्टीकोन दीर्घकालीन शाश्वततेबद्दल चिंता वाढवतो. समीक्षक वित्तीय बेजबाबदारपणाच्या संभाव्यतेबद्दल चिंता करतात, भविष्यातील पिढ्यांवर होणारा परिणाम आणि कालांतराने अर्थव्यवस्थेच्या स्थिरतेवर प्रश्नचिन्ह निर्माण करतात. दीर्घकालीन शाश्वततेद्वारे तात्काळ वित्तीय गरजा संतुलित करणे हे एक गंभीर आव्हान आहे.

१०) चुकीचा अर्थ आणि चुकीचा वापर :

धोरणकर्त्यांनी एमएमटीचे बारकावे पूर्णपणे समजून न घेता त्याचा चुकीचा अर्थ लावला किंवा निवडकपणे स्वीकारण्याचा धोका आहे. सर्वसमावेशक आकलनाशिवाय एमएमटीची अंमलबजावणी केल्याने अप्रभावी धोरणे किंवा अनपेक्षित परिणाम होऊ शकतात, ज्यामुळे आर्थिक आव्हाने हाताळण्याऐवजी वाढू शकतात.

११) शिक्षण आणि सार्वजनिक चर्चा :

धोरणकर्त्यांना आणि जनतेला एमएमटीच्या गुंतागुंत आणि परिणामांबद्दल शिक्षित करणे महत्वाचे आहे परंतु आव्हानात्मक आहे. आर्थिक सिद्धांतांची जटिलता अनेकदा एमएमटी धोरणांची तत्त्वे आणि संभाव्य व्यापार-बंद प्रभावीपणे संवाद साधण्यात अडथळे निर्माण करते. माहितीपूर्ण चर्चांना प्रोत्साहन देणे आणि भागधारकांमध्ये समज वाढवणे यासाठी शिक्षण आणि सार्वजनिक संवादात सतत प्रयत्न करण्याची गरज आहे.

१२) बदलत्या आर्थिक वास्तवाशी जुळवून घेण्याची क्षमता :

विकसित होत असलेल्या आर्थिक परिस्थिती आणि अनपेक्षित परिस्थितींमध्ये एमएमटीची अनुकूलता अनिश्चित राहते. आर्थिक पर्यावरण गतिमान आहे आणि बदलत्या आर्थिक भूदृश्यांना प्रतिसाद म्हणून एमएमटी तत्त्वांचा कडकपणा किंवा लवचिकता त्याच्या अनुप्रयोगात आव्हाने निर्माण करू शकतात. एमएमटी उत्तरदायी आणि उदयोन्मुख आर्थिक वास्तवांशी जुळवून घेणारे राहते याची खात्री करणे त्याच्या दीर्घकालीन व्यवहार्यतेसाठी महत्त्वपूर्ण ठरते.

२.३.२ आधुनिक चलनविषयक सिद्धांत लागू करताना संभाव्य जोखीम :

आधुनिक चलनविषयक सिद्धांताची अंमलबजावणी करताना संभाव्य जोखीम आणि आव्हाने आहेत ज्यांचा काळजीपूर्वक विचार आणि व्यवस्थापन करणे आवश्यक आहे :

१) महागाईचा दबाव :

एमएमटी लागू करताना एक महत्त्वाचा धोका म्हणजे वाढीव चलनवाढीची शक्यता. एमएमटी वास्तविक संसाधनांच्या उपलब्धतेवर आधारित वाढीव खर्चाचे समर्थन करते, परंतु या मर्यादेपलीकडे जास्त खर्च केल्याने मागणी वाढू शकते आणि किंमती वाढू शकतात. अत्याधिक खर्चामुळे चलनवाढीच्या दबावाचे व्यवस्थापन करण्यात अयशस्वी झाल्यास अर्थव्यवस्था अस्थिर होऊ शकते, ग्राहकांच्या क्रयशक्तीवर परिणाम होऊ शकतो आणि बचत कमी होऊ शकते.

२) चलनाचे अवमूल्यन :

एमएमटी अंतर्गत विस्तारित राजकोषीय धोरणांचा एक अंतर्निहित धोका म्हणजे राष्ट्रीय चलनाचे अवमूल्यन. जर तूट खर्च जास्त किंवा शाश्वत मानला जात असेल, तर तो चलनाच्या मूल्यावरील विश्वास कमी करू शकतो. ज्यामुळे चलन घसरते, क्रयशक्ती कमी होते आणि आंतरराष्ट्रीय व्यापार स्पर्धात्मकतेला संभाव्य हानी पोहोचते.

३) संभाव्य वित्तीय अविवेकीपणा :

तूट खर्चात एमएमटीची लवचिकता विवेकपूर्णपणे व्यवस्थापित न केल्यास वित्तीय अविवेकीपणा निर्माण होऊ शकतो. उत्पादक गुंतवणुकीची वास्तविक क्षमता, संसाधनांचे चुकीचे वाटप, आर्थिक अकार्यक्षमता आणि दीर्घकालीन वित्तीय अस्थिरता यांचा विचार न करता सरकारला जास्त खर्च करण्याचा मोह होऊ शकतो.

४) सार्वजनिक कर्ज आणि दीर्घकालीन शाश्वतता :

सार्वजनिक कर्ज पातळींवर होणारा परिणाम ही एक महत्त्वाची चिंता आहे. एमएमटीच्या तुटीबद्दलच्या आरामशीर वृत्तीचा स्वीकार केल्याने जर खर्च उत्पादन क्षमतेपेक्षा जास्त असेल तर सार्वजनिक कर्जामध्ये लक्षणीय वाढ होऊ शकते. यामुळे दीर्घकालीन कर्जाच्या स्थिरतेबद्दल प्रश्न निर्माण होतात, भविष्यातील पिढ्यांवर संभाव्य भार पतो आणि वित्तीय स्थिरतेवर परिणाम होतो.

५) रोजगार हमी कार्यक्रमाचे अनपेक्षित परिणाम :

एमएमटीने प्रस्तावित केलेली रोजगार हमी लागू केल्याने अनपेक्षित परिणाम होऊ शकतात. अनैच्छिक बेरोजगारीचे निर्मूलन करण्याचा हेतू असला तरी श्रम बाजार, वेतन आणि उत्पादकता यावर होणाऱ्या प्रत्यक्ष परिणामाचा काळजीपूर्वक विचार करणे आवश्यक आहे. खराब डिझाइन केलेले कार्यक्रम श्रम बाजारपेठेत अकार्यक्षमता किंवा विकृती निर्माण करतात.

६) आर्थिक विकृती आणि संसाधनांचे चुकीचे वाटप :

एमएमटी अंतर्गत आर्थिक विकृती आणि संसाधनांचे चुकीचे वाटप होण्याच्या संभाव्यतेमध्ये अंतर्निहित धोका आहे. सरकारी खर्च उत्पादक गुंतवणुकीशी संरेखित नसल्यास त्यामुळे संसाधनांचे चुकीचे वाटप होऊ शकते, बाजाराचे संकेत विकृत होऊ शकतात आणि आर्थिक कार्यक्षमता व वृद्धीस अडथळा येतो.

७) मध्यवर्ती बँकेच्या स्वातंत्र्याचे नुकसान :

राजकोषीय आणि चलनविषयक धोरण यांच्यातील समन्वयावर एमएमटीचा भर मध्यवर्ती बँकेच्या स्वातंत्र्याशी तडजोड करण्याचा धोका असू शकतो. सरकारांना चलनविषयक धोरणाच्या निर्णयांवर अधिक प्रभाव प्रदान केल्याने हितसंबंधांचा संघर्ष होतो, संभाव्यत: मध्यवर्ती बँकेची विश्वासार्हता आणि दीर्घकालीन वित्तीय स्थिरता कमी होते.

८) आंतरराष्ट्रीय व्यापार आणि चलन युद्ध :

आंतरराष्ट्रीय व्यापार गतिशीलतेपेक्षा देशांतर्गत उद्दिष्टांना प्राधान्य देणारी धोरणे व्यापार भागीदारांमधील तणाव वाढवू शकतात. भिन्न आर्थिक धोरणांमुळे निर्माण होणारा व्यापार असमतोल आणि चलनातील चढउतार संरक्षणवादी उपाय किंवा चलन युद्धांना चालना देतात, ज्यामुळे जागतिक व्यापार संबंधांवर परिणाम होतो.

९) बाजारातील संभाव्य व्यत्यय :

एमएमटी तत्त्वांद्वारे चालविलेल्या राजकोषीय धोरणातील कठोर बदल वित्तीय बाजारपेठेत व्यत्यय आणतात. सरकारी खर्चाच्या पद्धतींमध्ये अचानक होणारे बदल किंवा राजकोषीय धोरणांमधील अनिश्चितता यामुळे बाजारातील अस्थिरता वाढू शकते, ज्यामुळे गुंतवणूकदारांचा आत्मविश्वास आणि मालमत्तेच्या किमती प्रभावित होतात.

१०) सामाजिक कार्यक्रमांची शाश्वतता :

सामाजिक कार्यक्रमांवरील वाढीव खर्चाचा पाठपुरावा करताना, या उपक्रमांची दीर्घकालीन शाश्वतता सुनिश्चित करण्यासाठी एमएमटीला आव्हानांचा सामना करावा लागतो. मजबूत आर्थिक वृद्धी किंवा कार्यक्षम संसाधन वाटप न करता तुटीच्या खर्चाद्वारे व्यापक सामाजिक कार्यक्रमांना निधी देणे कालांतराने सार्वजनिक वित्तावर ताण आणते.

११) राजकीय गैरवापर आणि अल्पकालीन भर :

एमएमटी राजकीय गैरवापरास संवेदनाक्षम असू शकते, विशेषतः जेंव्हा धोरणकर्ते दीर्घकालीन शाश्वततेपेक्षा अल्पकालीन नफ्याला प्राधान्य देतात. वास्तविक आर्थिक क्षमतेचा विचार न करता किंवा भविष्यात आवश्यक समायोजनांकडे दुर्लक्ष न करता राजकीय सोयीमुळे जास्त खर्च होऊ शकतो.

१२) सार्वजनिक विश्वास आणि अपेक्षा :

एमएमटी लागू करण्यासाठी लोकांचा विश्वास मिळवणे आणि टिकवणे आवश्यक आहे. जर धोरणे अपेक्षित परिणाम देत नसतील किंवा प्रतिकाराला सामोरे जावे लागत असेल, तर ते एमएमटी तत्त्वांच्या परिणामकारकतेवरील जनतेचा विश्वास कमी करू शकतात, ज्यामुळे धोरणाची अंमलबजावणी आणि एकूणच वित्तीय स्थिरता प्रभावित होते. एमएमटी मध्ये रुजलेल्या आर्थिक धोरणांच्या यशामध्ये सार्वजनिक धारणा आणि अपेक्षा महत्त्वपूर्ण भूमिका बजावतात.

▶ २.४ भारताच्या दृष्टीकोनातून आधुनिक चलनविषयक सिद्धांत :

भारताच्या दृष्टीकोनातून आधुनिक चलनविषयक सिद्धांत (एमएमटी) एक चौकट प्रदान करते जी पायाभूत सुविधा, सामाजिक कल्याण आणि रोजगार निर्मितीमध्ये धोरणात्मक गुंतवणुकीसाठी वाढीव तूट खर्चाचे समर्थन करून संभाव्य विकासात्मक गरजा पूर्ण करते. एमएमटी तत्त्वांचा वापर वित्तीय लवचिकता प्रदान करू शकतो, ज्यामुळे सरकारला तूट किंवा सार्वजनिक कर्जाची त्वरित चिंता न करता दीर्घकालीन प्रकल्पांवर लक्ष केंद्रित करता येते.

२.४.१ भारतातील एमएमटीचे सूचितार्थ :

भारताच्या संदर्भात एमएमटीचे सूचितार्थ विविध आर्थिक पैलू आणि धोरणात्मक बाबींचा विस्तार करतात :

१) वित्तीय विस्तार आणि विकासात्मक गुंतवणूक :

एमएमटी पायाभूत सुविधा, आरोग्यसेवा, शिक्षण आणि ग्रामीण विकासाला चालना देण्यासाठी वाढीव तूट खर्चाचे समर्थन करते. भारतात दीर्घकालीन सामाजिक-आर्थिक तफावत दूर करून, हे लक्षणीय विकासात्मक गुंतवणुकीत रूपांतरित होऊ शकते. तूट खर्चाचा न्याय्यपणे फायदा करून, भारत आपल्या विकासाच्या मार्गाला गती देईल आणि आर्थिक विकास व सर्वसमावेशकतेला चालना देऊन, पायाभूत सुविधांच्या गंभीर कमतरता दूर करू शकेल.

२) रोजगार निर्मिती आणि ग्रामीण उन्नती :

एमएमटी तत्त्वांनुसार रोजगार हमी कार्यक्रमाची अंमलबजावणी केल्याने भारताच्या रोजगाराच्या परिदृश्यावर, विशेषतः ग्रामीण भागात लक्षणीय परिणाम होऊ शकतो. यामुळे विविध क्षेत्रांमध्ये नोकऱ्यांची निर्मिती होऊन बेरोजगारी आणि गरिबी दूर होऊ शकते. हे ग्रामीण अर्थव्यवस्थेला चालना देऊ शकते, आजीविका उत्थान करू शकते आणि सामाजिक-आर्थिक समानतेला हातभार लावू शकते.

३) राजकोषीय धोरण आणि कर्ज व्यवस्थापनात लवचिकता :

राजकोषीय धोरणावरील एमएमटीचा दृष्टीकोन लवचिकता प्रदान करतो, संभाव्यतः तत्काळ तूट कमी करण्याच्या उद्दिष्टांबद्दल चिंता कमी करतो. हे सार्वजनिक कर्जाच्या स्थिरतेबद्दल तात्काळ चिंता न करता धोरणात्मक खर्च सक्षम करते. हे सरकारला कठोर वित्तीय मर्यादांशिवाय दीर्घकालीन विकास प्रकल्पांवर लक्ष केंद्रित करण्यास सक्षम करते.

४) महागाई व्यवस्थापन आणि संसाधन पर्याप्तता :

वास्तविक संसाधनांच्या वापरावर एमएमटीचा भर भारताच्या कार्यक्षम संसाधन वाटपाच्या गरजेशी सुसंगत आहे. संसाधनांच्या वापरावर लक्ष ठेवून आणि अनुकूल करून, भारत मागणी-पुरवठ्यातील असंतुलनामुळे उद्भवलेल्या महागाईच्या दबावांचे अधिक चांगल्या प्रकारे व्यवस्थापन करतो. हे किंमत स्थिरता आणि आर्थिक समतोल यासाठी योगदान देते.

५) करप्रणाली सुधारणा आणि वित्तीय स्थिरता :

एमएमटी तत्त्वांचा अवलंब केल्याने भारताला महसूल संकलनाच्या पलीकडे कर आकारणी धोरणांचे पुनर्मूल्यांकन करण्यास प्रवृत्त करते. चलनवाढ व्यवस्थापित करण्यासाठी कर पुनर्निर्देशित करणे, संपत्ती विषमता कमी करणे आणि लक्ष्यित क्षेत्रांना उत्तेजन देणे वित्तीय स्थिरता वाढवू शकते आणि सामाजिक-आर्थिक असमानता दूर करू शकते.

६) पायाभूत सुविधा आणि सार्वजनिक सेवा सुधारणा :

भारताला पायाभूत सुविधा आणि सार्वजनिक सेवांमध्ये भरीव गुंतवणूक आवश्यक आहे. उत्पादक हेतूंसाठी तूट खर्चाकडे एमएमटीचा कल भारताच्या गरजा पूर्ण करतो, संभाव्य पायाभूत सुविधांच्या विकासाला गती देतो आणि देशभरात सार्वजनिक सेवा सुधारतो.

७) राजकोषीय आणि चलनविषयक धोरणांमधील सुधारित समन्वय :

राजकोषीय आणि चलनविषयक धोरणांमध्ये चांगल्या सरेखनासाठी एमएमटीच्या प्रयत्नामुळे भारतामध्ये अधिक एकसंध आर्थिक धोरणे निर्माण होऊ शकतात. भारतीय रिझर्व्ह बँक आणि सरकार यांच्यातील समन्वय वाढवल्यास अधिक प्रभावी धोरण अंमलबजावणी आणि आर्थिक स्थिरता प्राप्त होऊ शकते.

८) सामाजिक कल्याण प्रवर्धन आणि दारिद्र्य निर्मूलन :

सामाजिक कार्यक्रमांवरील तूट खर्चासाठी एमएमटीचा पाठपुरावा भारताच्या गरिबी निर्मूलन आणि सामाजिक कल्याण योजनांवर लक्ष केंद्रित करतो. हे कार्यक्षमतेने अंमलात आणल्यास या क्षेत्रांमधील वाढीव खर्च उपेक्षित समुदायांवर सकारात्मक परिणाम करू शकतो, सामाजिक उन्नतीसाठी योगदान देऊ शकतो.

९) देशांतर्गत आर्थिक जोर आणि स्वावलंबन :

देशांतर्गत आर्थिक उद्दिष्टांवर एमएमटीचे लक्ष केंद्रित करणे भारताच्या स्वावलंबन आणि स्वदेशी उद्योगांना चालना देण्याच्या आकांक्षेशी संरेखित होऊ शकते. देशांतर्गत आर्थिक उद्दिष्टांना प्राधान्य दिल्याने जागतिक आर्थिक अस्थिरतेविरुद्ध भारताची लवचिकता मजबूत होऊ शकते आणि स्वयंपूर्णता वाढू शकते.

१०) आर्थिक प्रतिमानांचे पुनर्मूल्यांकन :

भारतात एमएमटीच्या पैलूंचा अवलंब केल्याने पारंपारिक आर्थिक दृष्टिकोनांचे पुनर्मूल्यांकन होऊ शकते. हे पर्यायी चौकट अन्वेषित करण्याची संधी देते, भारताच्या आर्थिक आव्हानांसाठी संभाव्य नाविन्यपूर्ण उपाय खुले करते आणि शाश्वत विकासाला चालना देते.

२.४.२ भारतात एमएमटीचे महत्त्व :

एमएमटीमध्ये भारतासाठी महत्त्व आणि प्रासंगिकतेची अनेक संभाव्य क्षेत्रे आहेत :

१) विकासात्मक भर :

सार्वजनिक उद्देशाच्या गुंतवणुकीसाठी एमएमटीचा तूट खर्चावर भर देणे भारताच्या विकासात्मक गरजांशी सुसंगत आहे. देशाला पायाभूत सुविधांमधील तफावत, आरोग्यसेवा आव्हाने आणि शिक्षणातील कमतरता यांचा सामना करावा लागत आहे. एमएमटीचा लाभ घेतल्याने या गंभीर क्षेत्रांमध्ये वाढीव खर्च सुलभ होऊ शकतो, शाश्वत विकासाला चालना मिळू शकते आणि देशभरात प्रचलित सामाजिक–आर्थिक असमानता दूर होऊ शकते.

२) रोजगार निर्मिती :

भारतामध्ये उच्च बेरोजगारी दर आणि मोठ्या प्रमाणात अनौपचारिक श्रमशक्ती आहे. एमएमटीच्या ग्रामीण भागात रोजगार हमी कार्यक्रमाची अंमलबजावणी करणे रोजगाराच्या संधी निर्माण करण्यासाठी होतो. त्यामुळे गरिबी कमी करणे, उपजीविका वाढवणे आणि सामाजिक कल्याणाला चालना देण्यासाठी एमएमटी महत्त्वपूर्ण ठरू शकते.

३) वित्तीय लवचिकता आणि कर्ज व्यवस्थापन :

राजकोषीय तूट आणि सार्वजनिक कर्जाच्या स्थिरतेबद्दल भारताच्या चिंतांचा एमएमटीच्या दृष्टीकोनातून फायदा होऊ शकतो. दिवाळखोरीची तत्काळ चिंता न करता धोरणात्मक गुंतवणुकीला परवानगी देऊन, सरकारला महत्त्वाच्या विकासात्मक प्रकल्पांवर लक्ष केंद्रित करण्यास सक्षम करून, अधिक वित्तीय युक्ती देऊ शकते.

४) महागाई नियंत्रण आणि संसाधनांचा वापर :

वास्तविक संसाधनांच्या वापरावर एमएमटीचा भर भारताला महागाईच्या दबावाचे व्यवस्थापन करण्यास मदत करू शकतो. संसाधनांच्या कार्यक्षम वाटपाला प्राधान्य देऊन आणि त्यांच्या वापरावर लक्ष ठेवून, भारत वित्तीय स्थिरता वाढवून किंमती स्थिर ठेवू शकतो आणि महागाई नियंत्रित करू शकतो.

५) कर आकारणी आणि वित्तीय स्थिरता :

महसूल संकलनाच्या पलीकडे कर आकारणी धोरणांकडे एमएमटीचा दृष्टीकोन भारतासाठी नाविन्यपूर्ण धोरणांचा विचार करण्यासाठी एक मार्ग प्रदान करतो. महागाई व्यवस्थापनासाठी करांचा लाभ घेणे, असमानता कमी करणे आणि विशिष्ट आर्थिक क्षेत्रांना चालना देणे हे वित्तीय स्थिरता वाढविण्यास आणि वृद्धीस चालना देण्यासाठी मदत करू शकते.

६) पायाभूत सुविधा विकास आणि सार्वजनिक सेवा :

भारताला पायाभूत सुविधा आणि सार्वजनिक सेवांमध्ये भरीव गुंतवणूक आवश्यक आहे. उत्पादक हेतूंसाठी तूट खर्चाचा वापर करण्याचे एमएमटीचे तत्वज्ञान हे भारताच्या गरजा, संभाव्य वाढीला गती देणारे आणि देशभरातील जीवनमान वाढवणारे आहे.

७) राजकोषीय आणि चलनविषयक धोरणांमधील वर्धित समन्वय :

राजकोषीय आणि चलनविषयक धोरणांमधील चांगल्या सरेखनावर एमएमटीचे लक्ष भारताच्या वित्तीय स्थिरतेमध्ये सुधारणा करू शकते. भारतीय रिझर्व्ह बँक आणि सरकार यांच्यातील एकसंध धोरणांमुळे अधिक प्रभावी राजकोषीय धोरणे आणि धोरणांची अंमलबजावणी होऊ शकते.

८) सामाजिक कल्याण आणि दारिद्र्य निर्मूलन :

सामाजिक कार्यक्रमांवरील तूट खर्चासाठी एमएमटी पाठपुरावा भारताच्या दारिद्र्य निर्मूलन आणि सामाजिक कल्याण योजनांवर भर देत आहे. हे प्रभावीपणे अंमलात आणल्यास ते उपेक्षित वर्गांवर लक्षणीय परिणाम करू शकते, त्यांना सामाजिक-आर्थिकदृष्ट्या उन्नत करू शकते.

९) देशांतर्गत आर्थिक प्राधान्य :

देशांतर्गत आर्थिक उद्दिष्टांवर एमएमटीचा भर भारताच्या सध्याच्या स्वावलंबनावर आणि देशांतर्गत उत्पादनाला चालना देण्यावर केंद्रित आहे. देशांतर्गत आर्थिक उद्दिष्टांना प्राधान्य दिल्याने जागतिक आर्थिक चढउतारांना तोंड देताना स्वयंपूर्णता आणि लवचिकता वाढू शकते.

१०) पर्यायी आर्थिक चौकटीचे अन्वेषण :

भारताला एक विकसित अर्थव्यवस्था म्हणून, एमएमटी सारख्या पर्यायी आर्थिक चौकटींचा शोध घेण्याचा फायदा होऊ शकतो. हे पारंपारिक आर्थिक प्रतिमानांचे पुनर्मूल्यांकन करण्याची संधी प्रदान करते, भारताच्या आर्थिक आव्हानांसाठी संभाव्यत: नाविन्यपूर्ण निराकरणे खुले करते.

२.४.३ भारतातील एमएमटीच्या मर्यादा :

भारतात एमएमटी लागू करताना अनेक मर्यादा आणि आव्हाने येतात :

१) महागाईचे धोके :

मागणी-पुरवठा असमतोल, अन्नधान्याच्या किमतीतील अस्थिरता आणि संरचनात्मक अकार्यक्षमता यासारख्या विविध कारणांमुळे भारत सतत चलनवाढीच्या दबावाचा सामना करत आहे. अर्थव्यवस्थेच्या उत्पादक क्षमतेपेक्षा जास्त खर्च केल्यास महागाई वाढण्याचा धोका एमएमटीच्या कठोर निर्बंधांशिवाय तूट खर्चाचा वापर करण्याच्या दृष्टीकोनातून होऊ शकतो. यामुळे किमती वाढू शकतात, नागरिकांच्या राहणीमानावर परिणाम होऊ शकतो आणि क्रयशक्ती कमी होऊ शकते. एमएमटी तत्त्वांचा लाभ घेताना चलनवाढीचे व्यवस्थापन करण्यासाठी संसाधनांचा वापर आणि मागणीच्या गतीशीलतेचे बारकाईने निरीक्षण करणे आवश्यक आहे, जे भारताच्या वैविध्यपूर्ण आणि गुंतागुंतीच्या अर्थव्यवस्थेच्या दृष्टीने आव्हानात्मक असू शकते.

२) विनिमय दर आणि व्यापार चिंता :

व्यापार अधिशेषांपेक्षा देशांतर्गत आर्थिक उद्दिष्टांना प्राधान्य देण्यावर एमएमटीचा भर भारताच्या जागतिक व्यापार संबंधांवर आणि चलन मूल्यांकनावर परिणाम करू शकतो. चलनाचे संभाव्य अवमूल्यन आयात खर्च, आंतरराष्ट्रीय स्पर्धात्मकता आणि व्यापार गतिशीलता प्रभावित करू शकते. या बदलामुळे व्यापारात असमतोल निर्माण होऊ शकतो किंवा इतर देशांसोबत व्यापार विवाद भडकू शकतो, ज्यामुळे भारताच्या निर्यात-केंद्रित क्षेत्रांवर आणि वित्तीय स्थिरतेवर परिणाम होऊ शकतो.

३) कर्ज आणि वित्तीय शिस्त :

राजकोषीय तूट आणि सार्वजनिक कर्जाच्या स्थिरतेबाबत भारत सावध राहिला आहे. वाढीव तूट खर्चाच्या एमएमटीच्या तत्त्वांची अंमलबजावणी केल्याने सार्वजनिक कर्ज पातळीच्या शाश्वततेबद्दल चिंता निर्माण होऊ शकते. विवेकी संसाधन वाटप किंवा परतफेडीचा स्पष्ट मार्ग न ठेवता तूट खर्चावर अत्याधिक अवलंबनामुळे वित्तीय शिस्तीशी तडजोड होऊ शकते आणि दीर्घकालीन कर्ज व्यवस्थापित करण्याच्या भारताच्या क्षमतेवर प्रश्न निर्माण होऊ शकतात.

४) संसाधनांचा वापर आणि कार्यक्षमतेची आव्हाने :

भारतातील नोकरशाहीतील अकार्यक्षमता आणि पायाभूत सुविधांमधील तफावत यामुळे संसाधनांचा कार्यक्षमतेने वापर करण्यात आव्हाने आहेत. एमएमटीची अंमलबजावणी करण्यासाठी दीर्घकालीन लाभ मिळण्यासाठी वाढीव खर्च उत्पादक गुंतवणुकीमध्ये बदलला जाईल याची खात्री करणे आवश्यक आहे. तथापि, कार्यक्षम संसाधन वाटपातील आव्हाने, नोकरशाहीतील अडथळे आणि संभाव्य भ्रष्टाचार हे घटक वाढीव खर्चाच्या परिणामकारकतेमध्ये अडथळा आणू शकतात, ज्यामुळे अपेक्षित प्रदानांवर परिणाम होतो.

५) अंमलबजावणीची आव्हाने आणि देखरेख :

एमएमटी धोरणांच्या प्रभावी अंमलबजावणीसाठी मजबूत प्रशासन संरचना आणि देखरेख यंत्रणांची आवश्यकता आहे. भारताच्या जटिल प्रशासकीय व्यवस्थेमध्ये, पारदर्शक अंमलबजावणी सुनिश्चित करणे, गैरव्यवस्थापन रोखणे आणि प्रशासनाच्या विविध स्तरांवर जबाबदारी राखणे हे आव्हानात्मक असू शकते. भारतीय अर्थव्यवस्थेचे प्रमाण आणि विविधता उत्पादक गुंतवणुकीशी खर्चाचे संरेखन सुनिश्चित करण्यासाठी जटिलता वाढवते.

६) मध्यवर्ती बँक–सरकार समन्वय :

राजकोषीय आणि चलनविषयक धोरणांच्या समन्वयावर एमएमटीचा भर भारतामध्ये आव्हाने निर्माण करू शकतो. भारतीय रिझर्व्ह बँक (RBI) आणि सरकार यांच्यातील उद्दिष्टांचे संरेखन आवश्यक असताना, प्रभावी चलनविषयक धोरणासाठी मध्यवर्ती बँकेचे स्वातंत्र्य जतन करणे महत्त्वाचे आहे. वित्तीय स्थैर्यासाठी समन्वय आणि मध्यवर्ती बँकेची स्वायत्तता यांच्यातील समतोल राखणे महत्त्वाचे असले तरीही ते एक आव्हान आहे.

७) सार्वजनिक धारणा आणि राजकीय सहमती :

भारतातील विविध आर्थिक दृष्टीकोन आणि राजकीय विचारसरणीमुळे एमएमटी तत्त्वे स्वीकारण्यासाठी जनतेला आणि धोरणकर्त्यांना पटवून देण्यास विरोध होऊ शकतो. एमएमटीचे संभाव्य फायदे आणि जोखीम याबद्दल भागधारकांना शिक्षित करणे आणि एकमत करणे राजकीयदृष्ट्या वैविध्यपूर्ण आणि मतप्रवाह वातावरणात आव्हानात्मक असते.

८) धोरणाच्या गैरवापराचा धोका :

एमएमटीची तत्त्वे, चुकीच्या पद्धतीने लागू केल्यास किंवा गैरसमज झाल्यास, कुचकामी धोरणे किंवा अनपेक्षित परिणाम निर्माण होऊ शकतात. आर्थिक सिद्धांतांची जटिलता भारताच्या आर्थिक वास्तविकतेला अनुरूप त्यांच्या अचूक व्याख्या आणि अनुप्रयोगामध्ये आव्हाने निर्माण करू शकते, संभाव्यत: अपेक्षित परिणाम साध्य करण्यात अपयशी ठरणारी धोरणे.

९) दीर्घकालीन शाश्वतता चिंता :

तूट आणि कर्जासाठी एमएमटीचा आरामशीर दृष्टीकोन दीर्घकालीन शाश्वततेबद्दल चिंता वाढवतो. दीर्घकालीन वित्तीय शाश्वततेद्वारे भारताने तात्काळ आर्थिक गरजा संतुलित करणे आवश्यक आहे. मजबूत आर्थिक वृद्धी

आणि महसूल-निर्मिती यंत्रणेशिवाय तूट खर्चावर अत्याधिक अवलंबनामुळे सार्वजनिक वित्तावर ताण येऊ शकतो आणि भविष्यातील पिढ्यांच्या आर्थिक कल्याणावर परिणाम होऊ शकतो.

१०) प्रादेशिक असमानता आणि सामाजिक कार्यक्रम :

भारतातील विविध प्रादेशिक असमानता एमएमटी-आधारित धोरणांची न्याय्य अंमलबजावणी सुनिश्चित करण्यासाठी आव्हाने उभी करतात. विविध सामाजिक-आर्थिक भूदृश्यांना अनुरूप सामाजिक कार्यक्रम तयार करणे, प्रादेशिक असमानता दूर करणे आणि धोरण अंमलबजावणीमध्ये सर्वसमावेशकता सुनिश्चित करणे हे एमएमटी-आधारित उपक्रमांच्या यशासाठी महत्त्वाचे ठरते.

११) ऐतिहासिक उदाहरणांचा अभाव :

भारताचा आकार, विविधता आणि आर्थिक गुंतागुंतीच्या तुलनेत एमएमटीची ऐतिहासिक उदाहरणे नाहीत. अशा बहुआयामी अर्थव्यवस्थेमध्ये तुलनेने न तपासलेल्या आर्थिक सिद्धांतांची अंमलबजावणी करताना अनपेक्षित धोके आणि अनिश्चितता असू शकतात, यासाठी सावध प्रयोग आणि अनुकूलन आवश्यक आहे.

१२) भारताच्या आर्थिक वास्तवाशी जुळवून घेणे :

विविध लोकसांख्यिकी आणि प्रादेशिक असमानता यासारख्या भारताच्या अनन्य आर्थिक गुंतागुंतींसाठी एमएमटीचे रुपांतर करणे आवश्यक आहे. या गुंतागुंतींना प्रभावीपणे हाताळण्यासाठी धोरणे तयार करणे आणि एमएमटी तत्त्वांच्या यशस्वी अंमलबजावणीसाठी भारताच्या आर्थिक वास्तवांशी संरेखन सुनिश्चित करणे महत्त्वाचे आहे.

बहुविकल्पी प्रश्न

१) आधुनिक चलन सिद्धांत (एमएमटी) असा युक्तिवाद करतो की सरकार सार्वजनिक प्रकल्पांना निधी देण्यासाठी --------- पैसे देऊ शकते.

अ) कर्ज घेणे ब) प्रिंट क) जतन करणे ड) खर्च करणे

२) भारताच्या दृष्टीकोनातून, एमएमटी --------- वरील पारंपारिक विचारांना सरकारी खर्चावर मर्यादा म्हणून आव्हान देते.

अ) महागाई ब) कर आकारणी क) कर्ज ड) चलन

३) एमएमटीच्या मते महागाईचा मुख्य चालक सरकारी खर्चापेक्षा जास्त --------- आहे.

अ) बचत ब) उत्पादन क) मागणी ड) काटेकोरपणा

४) एमएमटी असे सुचवते की स्वतःचे चलन असलेले सार्वभौम सरकार --------- कधीही होऊ शकत नाही.

अ) दिवाळखोर ब) महागाई क) स्वतंत्र ड) काटेकोरपणा

५) भारतात समीक्षकांचा असा युक्तिवाद आहे की एमएमटी लागू केल्याने अनियंत्रित --------- आणि वित्तीय अस्थिरता येऊ शकते.

अ) गुंतवणूक ब) महागाई क) कर आकारणी ड) व्यापार

६) एमएमटी या कल्पनेला आव्हान देते की सरकारी खर्च कर आकारणी किंवा कर्जाद्वारे --------- असणे आवश्यक आहे.

अ) अनुलंब ब) अन्वेषण केलेले क) भरपाई ड) प्रतिबंधित

७) भारतात एमएमटी आर्थिक वर्ष --------- वरून पूर्ण रोजगार प्राप्त करण्याकडे लक्ष केंद्रित करण्यासाठी पाठपुरावा करते.

अ) जबाबदारी ब) काटेकोरपणा क) धोरण ड) विवेक

८) एमएमटी सर्व नागरिकांसाठी --------- सुनिश्चित करण्यासाठी सरकारच्या भूमिकेवर जोर देते.

अ) रोजगार ब) महागाई क) बचत ड) व्यापार

९) एमएमटी नुसार, कर हे केवळ महसूल वाढवण्यासाठी नव्हे तर --------- नियंत्रित करण्याचे साधन म्हणून काम करतात.

अ) महागाई ब) खर्च क) कर्ज ड) बचत

१०) भारताच्या संदर्भात, एमएमटी महागाई नियंत्रित करण्यासाठी --------- वर अवलंबून राहण्याच्या परिणामकारकतेबद्दल प्रश्न उपस्थित करते.

अ) व्याजदर ब) राजकोषीय धोरणे क) व्यापार करार ड) जागतिक बाजारपेठा

११) सरकारी अर्थसंकल्पास --------- अर्थसंकल्पाप्रमाणे वागवले जावे या विश्वासाला एमएमटी आव्हान देते.

अ) कॉर्पोरेट ब) घरगुती क) राष्ट्रीय ड) परदेशी

१२) भारतात एमएमटी तत्त्वांचा अवलंब केल्याने वित्तीय व्यवस्थापनातील --------- च्या भूमिकेवर परिणाम होऊ शकतो.

अ) रिझर्व्ह बँक ब) अर्थ मंत्रालय क) नियोजन आयोग ड) रोखे बाजार

१३) एमएमटीचा असा युक्तिवाद आहे की बेरोजगारी ही नोकरीच्या संधींच्या कमतरतेऐवजी अपुऱ्या --------- चा परिणाम आहे.

अ) मागणी **ब)** शिक्षण **क)** नवोपक्रम **ड)** काटेकोरपणा

१४) टीकाकारांचा असा युक्तिवाद आहे की एमएमटीमुळे सरकारी खर्चात वाढ झाल्यामुळे --------- चे अवमूल्यन होऊ शकते.

अ) चलन **ब)** शेअर बाजार **क)** व्यापार शिल्लक **ड)** महागाई दर

१५) भारताच्या संदर्भात एमएमटी आर्थिक धोरण निर्मितीमध्ये --------- च्या भूमिकेच्या पुनर्मूल्यांकनासाठी समर्थन करते.

अ) आंतरराष्ट्रीय संस्था **ब)** राज्य सरकारे **क)** वित्तीय संस्था **ड)** बहुराष्ट्रीय कंपन्या

१६) अर्थव्यवस्थेसाठी सरकारी तूट नेहमीच --------- असते या कल्पनेला एमएमटी आव्हान देते.

अ) सकारात्मक **ब)** नकारात्मक **क)** आवश्यक **ड)** नियंत्रण करण्यायोग्य

१७) एमएमटी नुसार सरकारची राजकोषीय जबाबदारी पूर्ण करण्याची क्षमता --------- शी जोडलेली नाही.

अ) कर महसूल **ब)** सार्वजनिक मत **क)** बाह्य कर्ज **ड)** व्यापार तूट

१८) भारतात एमएमटी वर अवलंबून न राहता सामाजिक कल्याणाची उद्दिष्टे साध्य करण्याच्या व्यवहार्यतेबद्दल प्रश्न उपस्थित करते.

अ) सार्वजनिक-खाजगी भागीदारी **ब)** परदेशी मदत

क) सरकारी खर्च **ड)** चलनविषयक धोरण

१९) सरकारी खर्च अनियंत्रित --------- द्वारे मर्यादित असावा या मताला एमएमटी आव्हान देते.

अ) तूट लक्ष्य **ब)** कर दर **क)** चलनवाढीचा उंबरठा **ड)** जीडीपी वाढीचा दर

२०) एमएमटी चौकटीमध्ये स्वत:चे चलन असलेला देश --------- च्या गरजेमुळे कार्यरत नाही.

अ) कर्ज घेणे **ब)** कर **क)** जतन करणे **ड)** व्यापार

उत्तरे : १) ब, २) क, ३) क, ४) अ, ५) ब, ६) अ, ७) क, ८) अ, ९) अ, १०) अ, ११) ब, १२) ब, १३) अ, १४) अ, १५) अ, १६) ब, १७) अ, १८) क, १९) अ, २०) अ.

सरावासाठी प्रश्न

प्र. १. पुढील प्रश्नांची सविस्तर उत्तरे द्या.

१) आधुनिक चलनविषयक सिद्धांत (एमएमटी) म्हणजे काय? आधुनिक चलनविषयक सिद्धांताचा इतिहास स्पष्ट करा.

२) आधुनिक चलनविषयक सिद्धांताचे सूचितार्थ विशद करा.

३) अर्थव्यवस्थेवरील आधुनिक चलनविषयक सिद्धांताचे परिणाम स्पष्ट करा.

४) आधुनिक चलनविषयक सिद्धांताच्या आव्हानांबद्दल माहिती सांगा.

५) आधुनिक चलनविषयक सिद्धांत लागू करताना संभाव्य जोखीम स्पष्ट करा.

६) भारताच्या दृष्टीकोनातून आधुनिक चलनविषयक सिद्धांताबाबत विवेचन करा.

प्र. २. खालील विषयांवर टिपा लिहा.

१) एमएमटीचा अर्थ.

२) आधुनिक चलनविषयक सिद्धांताचा इतिहास (एमएमटी).

३) भारतात एमएमटीचे परिणाम.

४) भारतात एमएमटीचे महत्त्व.

५) भारतात एमएमटीच्या मर्यादा.

विकसनशील देशांमधील चलनविषयक धोरण आणि आर्थिक वृद्धी

प्रकरण ३

- ३.१ विकसनशील देशांमधील चलनविषयक धोरण आणि आर्थिक वृद्धी
- ३.२ अनुकूल वि. स्थिरीकरण चलनविषयक धोरण
- ३.३ चलनविषयक धोरणाची निर्मिती
- ३.४ चलनविषयक धोरणाची परिणामकारकता

▶ प्रस्तावना :

व्याजदर, पैशांचा पुरवठा आणि पत उपलब्धता यावर प्रभाव टाकून विकसनशील देशांमधील आर्थिक वृद्धीस चालना देण्यासाठी चलनविषयक धोरण महत्त्वपूर्ण भूमिका बजावते. या राष्ट्रांमध्ये, एक अनुकूल चलनविषयक धोरण राखणे, ज्यामध्ये सहसा कमी व्याजदर असतात, गुंतवणुकीला चालना देणे, उत्पादक हेतूंसाठी कर्ज घेण्यास प्रोत्साहन देणे आणि व्यवसाय व व्यक्तींसाठी पतपुरवठ्यात प्रवेश सुलभ करणे हे उद्दिष्ट आहे. अनुकूल आर्थिक परिस्थिती निर्माण करून अशा धोरणांमुळे गुंतवणूक वाढू शकते, व्यवसायाचा विस्तार होऊ शकतो आणि उपभोग वाढू शकतो, त्यामुळे आर्थिक क्रियाकलापांना चालना मिळते. तथापि चलनवाढीचा दबाव आणि चलन स्थिरता यासारख्या आव्हानांना शाश्वत आणि सर्वसमावेशक वृद्धी सुनिश्चित करण्यासाठी काळजीपूर्वक व्यवस्थापनाची आवश्यकता आहे, वृद्धीस चालना देणारी आणि समग्र आर्थिक स्थिरता राखण्यासाठी एक नाजूक संतुलन साधणे आवश्यक आहे. या व्यतिरिक्त राजकोषीय धोरणाच्या वृद्धीस चालना देणे, आर्थिक धोरणाची परिणामकारकता दीर्घकालीन आर्थिक प्रगतीला समर्थन देणे हे राजकोषीय धोरणे, संरचनात्मक सुधारणा आणि संस्थात्मक विकास यांच्या समन्वित प्रयत्नांवर अवलंबून असते.

▶ ३.१ विकसनशील देशांमधील चलनविषयक धोरण आणि आर्थिक वृद्धी :

चलनविषयक धोरण विकसनशील राष्ट्रांच्या आर्थिक वृद्धीवर खोलवर परिणाम करते. व्याजदर समायोजन, चलनवाढ नियंत्रण आणि पत उपलब्धता व्यवस्थापित करून, ते गुंतवणुकीच्या पद्धतींना आकार देते, व्यवसायाच्या विस्तारास चालना देते आणि उद्योजकतेसाठी अनुकूल वातावरण निर्माण करते. प्रभावी धोरणे आर्थिक स्थैर्याला प्रोत्साहन देतात, दीर्घकालीन प्रकल्प आणि पायाभूत सुविधांच्या विकासासाठी गुंतवणूक आकर्षित करतात, तसेच वित्तीय समावेशन आणि मानवी भांडवल विकासाला प्रोत्साहन देतात. या उपायांचा समतोल साधणे बाह्य धक्के कमी करण्यास मदत करते आणि या देशांमधील स्थिरता, सर्वसमावेशकता आणि दीर्घकालीन आर्थिक प्रगतीच्या व्यापक उद्दिष्टांशी सरेखित करून, शाश्वत वृद्धीस समर्थन देते.

१) व्याजदर आणि गुंतवणूक :

विकसनशील राष्ट्रांमध्ये, चलनविषयक धोरण गुंतवणुकीच्या गतिशीलतेवर लक्षणीय परिणाम करते. मध्यवर्ती बँका व्याजदरांचे नियमन करतात, कर्ज घेण्याच्या खर्चावर परिणाम करतात. कमी दर व्यवसायांना विस्तार, नवकल्पना

आणि पायाभूत सुविधांच्या विकासासाठी कर्ज मिळविण्यासाठी प्रोत्साहन देतात. या वाढीव गुंतवणुकीमुळे रोजगार निर्मिती, तांत्रिक प्रगती आणि उत्पादकता वाढण्यास चालना मिळते. शिवाय, अनुकूल कर्ज घेण्याच्या परिस्थितीमुळे जास्त परतावा मिळवणाऱ्या परदेशी गुंतवणूकदारांना ते आकर्षित करू शकते. व्यवसायांची भरभराट होत असताना, शाश्वत विकासाला चालना देऊन अर्थव्यवस्थेवर मोठा प्रभाव पडतो.

२) महागाई नियंत्रण :

चलनवाढ रोखण्यासाठी प्रभावी चलनविषयक धोरण महत्त्वपूर्ण भूमिका बजावते, जे आर्थिक स्थिरता आणि वृद्धीसाठी महत्त्वपूर्ण आहे. महागाईमुळे क्रयशक्ती कमी होते, विशेषत: विकसनशील देशांमधील असुरक्षित लोकसंख्येवर परिणाम होतो. मध्यवर्ती बँका पैशाचा पुरवठा व्यवस्थापित करण्यासाठी आणि चलनवाढ नियंत्रित करण्यासाठी व्याजदर समायोजन किंवा खुल्या बाजारातील कार्यपद्धती सारख्या साधनांचा वापर करतात. ही स्थिरता ग्राहकांच्या खर्चाला प्रोत्साहन देते, गुंतवणूकदारांचा आत्मविश्वास वाढवते आणि आर्थिक विस्तारासाठी अनुकूल वातावरण निर्माण करते.

३) विनिमय दर आणि व्यापार :

चलनविषयक धोरणे विनिमय दरांवर परिणाम करतात, ज्याचा थेट देशाच्या व्यापार संतुलनावर परिणाम होतो. विकसनशील देशांसाठी, विस्तारित चलनविषयक धोरणांमुळे निर्माण होणारे कमकुवत देशांतर्गत चलन त्यांना आंतरराष्ट्रीय स्तरावर अधिक स्पर्धात्मक बनवून निर्यातीला चालना देऊ शकते. हे निर्यातीतून महसूल वाढवून आणि संभाव्य परदेशी गुंतवणूक आकर्षित करून आर्थिक वृद्धीस चालना देते. तथापि, वित्तीय स्थिरतेला हानी पोहोचवू शकणाऱ्या अस्थिरता टाळण्यासाठी विनिमय दर व्यवस्थापित करण्यासाठी नाजूक संतुलन आवश्यक असते.

४) पत उपलब्धता :

चलनविषयक धोरण पत उपलब्धतेला आकार देते, विकसनशील राष्ट्रांमधील व्यवसायांसाठी विशेषतः लहान आणि मध्यम आकाराच्या उद्योगांसाठी (SMEs) हे केले जाते. पुरेशी तरलता आणि वाजवी कर्ज घेण्याच्या खर्चाची खात्री करणे उद्योजक क्रियाकलाप आणि व्यवसाय विस्तारास प्रोत्साहन देते. शिवाय, सुलभ पत नाविन्यपूर्ण उपक्रम आणि पायाभूत सुविधांमध्ये गुंतवणुकीला प्रोत्साहन देते, ज्यामुळे शेवटी आर्थिक वृद्धी आणि रोजगार निर्मितीला चालना मिळते.

५) वित्तीय स्थिरता :

वित्तीय स्थिरता सुनिश्चित करण्यासाठी चांगली चलनविषयक धोरणे महत्त्वाची आहेत, विशेषत: अस्थिरतेचा धोका असलेल्या अर्थव्यवस्थांमध्ये याची आवश्यकता प्रकर्षाने जाणवते. प्रभावी धोरणे जास्त जोखीम आणि सट्टा टाळतात, वित्तीय संकटांची संभाव्यता कमी करतात. स्थिरता ही बचत, गुंतवणूक आणि कर्ज देण्यास प्रोत्साहन देते जे शाश्वत आर्थिक वृद्धीसाठी आवश्यक असते.

६) दीर्घकालीन गुंतवणुकीचे वातावरण :

सातत्यपूर्ण आणि अंदाज करण्यायोग्य चलनविषयक धोरणे दीर्घकालीन गुंतवणुकीसाठी अनुकूल वातावरण निर्माण करतात. ही स्थिरता थेट परदेशी गुंतवणूक (FDI) आणि देशांतर्गत भांडवल आकर्षित करते, जे पायाभूत सुविधांच्या विकासासाठी, तांत्रिक प्रगतीसाठी आणि औद्योगिक वृद्धीसाठी आवश्यक आहे. स्थिर धोरणांवरील विश्वास गुंतवणूकदारांना दीर्घकालीन गर्भावस्थेसह, शाश्वत आर्थिक विकासाला चालना देणाऱ्या प्रकल्पांसाठी वचनबद्ध होण्यास प्रोत्साहित करतो.

७) भांडवल बाजारात प्रवेश :

चलनविषयक धोरणे व्यवसाय आणि सरकार या दोघांसाठी भांडवल बाजारातील प्रवेशावर लक्षणीय परिणाम करतात. पुरेसा प्रवेश संस्थांना शिक्षण, आरोग्यसेवा आणि तंत्रज्ञान यासारख्या गंभीर क्षेत्रांसाठी निधी उभारण्यास परवानगी देतो. या गुंतवणुकीमुळे मानवी भांडवल विकास आणि तांत्रिक प्रगतीमध्ये योगदान प्राप्त होते, जे विकसनशील देशांमधील आर्थिक वृद्धीचे मूलभूत माध्यम आहे.

८) वित्तीय समावेशन :

वित्तीय समावेशनाला चालना देण्यासाठी चलनविषयक धोरणे देखील महत्वपूर्ण भूमिका बजावतात. लोकसंख्येच्या मोठ्या भागासाठी बँकिंग सेवांच्या उपलब्धतेला प्रोत्साहन देणारी धोरणे व्यक्ती आणि लहान व्यवसायांसाठी बचत, पतपुरवठ्यात प्रवेश आणि गुंतवणुकीच्या संधी सुलभ करतात. वित्तीय समावेशन उपेक्षित समुदायांना सक्षम बनवते, त्यांच्या अर्थव्यवस्थेतील संभाव्य योगदानांना खुले करून आर्थिक विकासाला चालना देते.

९) राजकोषीय–चलनविषयक धोरण समन्वय :

शाश्वत विकास साधण्यासाठी राजकोषीय आणि चलनविषयक धोरणांमधील समन्वय महत्त्वाचा आहे. हा समन्वय सरेखित केल्यावर ही धोरणे अर्थव्यवस्थेवर त्यांचा प्रभाव वाढवू शकतात. विरोधाभासी धोरणे विकासाच्या शक्यतांना बाधा आणू शकतात. विकसनशील देशांना धोरणे एकमेकांना पूरक, वित्तीय स्थैर्य आणि विकासाला चालना देण्यासाठी सामंजस्यपूर्ण दृष्टीकोन आवश्यक आहे.

१०) बाह्य धक्क्यांचे व्यवस्थापन :

विकसनशील अर्थव्यवस्था बाह्य धक्क्यांना संवेदनाक्षम असतात, जसे की जागतिक आर्थिक मंदी किंवा वस्तूंच्या किंमतीतील चढउतार. प्रभावी चलनविषयक धोरणे बफर म्हणून काम करू शकतात आणि अर्थव्यवस्था स्थिर करून या धक्क्यांचे प्रतिकूल परिणाम कमी करू शकतात. लवचिक चलनविषयक धोरणे या राष्ट्रांना संकटे मार्गी लावण्यासाठी मदत करू शकतात आणि त्यांचा विकासाच्या मार्गावर होणारा परिणाम कमी करतात.

११) मानवी भांडवल विकास :

चलनविषयक धोरणे अप्रत्यक्षपणे आर्थिक परिस्थितीला आकार देऊन मानवी भांडवल विकासावर प्रभाव पाडतात. शाश्वत आर्थिक वृद्धी ही शिक्षण, आरोग्यसेवा आणि कौशल्य विकासासाठी संसाधनांचे वाटप करण्यास प्रोत्साहन देते. उत्पादकता आणि नावीन्यपूर्णतेसाठी सुशिक्षित आणि निरोगी कर्मचारी वर्ग आवश्यक आहे, ज्यामुळे विकसनशील देशांच्या आर्थिक वृद्धीवर सकारात्मक परिणाम होतो.

१२) शाश्वत विकास उद्दिष्टे (SDGs) :

शाश्वत विकास उद्दिष्टांशी चलनविषयक धोरणाचे सरेखन मोठ्या प्रमाणात गंभीर आहे. पर्यावरणास अनुकूल गुंतवणूक, सामाजिक समावेशकता आणि न्याय्य आर्थिक वृद्धीस समर्थन देणारी धोरणे दीर्घकालीन विकासाला हातभार लावतात. ही उद्दिष्टे चलनविषयक धोरणाच्या चौकटीत समाकलित करून, विकसनशील राष्ट्रे आर्थिकदृष्ट्या व्यवहार्य आणि पर्यावरणीयदृष्ट्या शाश्वत अशी वृद्धी साध्य करू शकतात.

▶ ३.२ अनुकूल वि. स्थिरीकरण चलनविषयक धोरण :

कर्ज, गुंतवणूक आणि खर्चाला प्रोत्साहन देण्यासाठी व्याजदर कमी करून आणि पैशाचा पुरवठा वाढवून आर्थिक विकासाला चालना देण्यावर अनुकूल चलनविषयक धोरण लक्ष केंद्रित करते. मंदीच्या काळात आर्थिक क्रियाकलाप वाढवणे हे त्याचे उद्दिष्ट आहे परंतु महागाईचा दबाव किंवा मालमत्तेचा फुगवटा धोक्यात येऊ शकतात. दुसरीकडे,

स्थिरीकरण चलनविषयक धोरण महागाई व्यवस्थापित करून आणि किमतीची स्थिरता सुनिश्चित करून व्यापक वित्तीय स्थिरता राखण्यास प्राधान्य देते. बहुधा महागाईला आळा घालण्यासाठी व्याजदर समायोजनाद्वारे, संभाव्यत: अति उष्णतेपासून किंवा अत्यधिक चलनवाढीपासून संरक्षण करण्यासाठी आर्थिक वृद्धी कमी करण्याच्या खर्चावर हे अवलंबून असते.

३.२.१ अनुकूल चलनविषयक धोरण :

अनुकूल चलनविषयक धोरणाद्वारे जेव्हा एखादी मध्यवर्ती बँक (जसे की फेडरल रिझर्व्ह) जेव्हा वाढ मंद होत असेल तेव्हा (जीडीपीद्वारे मोजल्याप्रमाणे) अर्थव्यवस्थेला चालना देण्यासाठी एकूण चलन पुरवठा वाढवण्याचा प्रयत्न करते. राष्ट्रीय उत्पन्न आणि पैशाची मागणी यानुसार पैशांचा पुरवठा वाढू देण्यासाठी हे धोरण लागू केले जाते.

अ) अर्थ :

अनुकूल चलनविषयक धोरण म्हणजे आर्थिक वृद्धीस चालना देण्यासाठी आणि अर्थव्यवस्थेतील तरलता वाढवण्यासाठी मध्यवर्ती बँकेने स्वीकारलेल्या धोरणाचा संदर्भ आहे. यामध्ये व्याजदर कमी करणे आणि व्यवसाय व व्यक्तींसाठी कर्ज घेणे अधिक सुलभ आणि स्वस्त बनवण्यासाठी पैशांचा पुरवठा वाढवणे समाविष्ट आहे. कर्ज घेण्याचा खर्च कमी करून या धोरणाचा उद्देश खर्च, गुंतवणूक आणि कर्ज देण्यास प्रोत्साहन देणे आणि त्यामुळे आर्थिक क्रियाकलापांना प्रोत्साहन देणे आहे. मागणी वाढवण्यासाठी आणि पुनर्प्राप्तीला चालना देण्यासाठी हे सामान्यत: आर्थिक मंदी किंवा मंद वाढीच्या काळात वापरले जाते. अनुकूल धोरणात्मक उपायांमध्ये बेंचमार्क व्याजदर कमी करणे, परिमाणात्मक सुलभतेमध्ये गुंतणे (वित्तीय मालमत्ता खरेदी करणे) किंवा वित्तीय बाजारात तरलता वाढविण्यासाठी इतर साधने लागू करणे समाविष्ट असू शकते.

ब) व्याख्या :

अनुकूल चलनविषयक धोरणाच्या व्याख्या खालीलप्रमाणे आहेत :

१) बेन बर्नान्के :

''अनुकूल चलनविषयक धोरण हे एक असे धोरण आहे ज्यामध्ये मध्यवर्ती बँका व्याजदर कमी करण्याचा प्रयत्न करतात आणि कर्ज व खर्चाला प्रोत्साहन देण्यासाठी पुरेशी तरलता प्रदान करतात, कमी चलनवाढ किंवा मंदीच्या काळात आर्थिक विकासाला चालना देण्याचे उद्दिष्ट ठेवतात.''

२) जेनेट येलन :

''आर्थिक क्रियाकलाप आणि रोजगार निर्मितीला चालना देण्यासाठी कमी व्याजदर आणि सहाय्यक आर्थिक परिस्थिती राखण्यासाठी मध्यवर्ती बँकांकडून जाणीवपूर्वक केलेले प्रयत्न म्हणजे अनुकूल चलनविषयक धोरण.''

क) अनुकूल चलनविषयक धोरणाची वैशिष्ट्ये :

अनुकूल चलनविषयक धोरणाची वैशिष्ट्ये खालीलप्रमाणे आहेत :

१) व्याजदर कपात :

बेंचमार्क व्याजदर जाणूनबुजून कमी करणे हे या धोरणाचे प्रमुख वैशिष्ट्य आहे. कर्ज घेणे स्वस्त करून, या धोरणाचा उद्देश आर्थिक क्रियाकलापांना चालना देण्याचा आहे. कमी केलेले दर व्यवसाय आणि व्यक्तींना गुंतवणूक किंवा उपभोगाच्या उद्देशाने कर्ज घेण्यास प्रवृत्त करतात. उदाहरणार्थ, कमी तारण दर घर खरेदी आणि बांधकाम क्रियाकलापांना प्रोत्साहन देतात. हे कर्ज इंधन खर्च आणि गुंतवणूक, आर्थिक वृद्धीसाठी महत्त्वाचे घटक आहेत.

२) पैशाचा वाढीव पुरवठा :

मध्यवर्ती बँका पैशाचा पुरवठा वाढवण्यासाठी परिमाणात्मक सुलभीकरणासारखी साधने वापरतात. तरलतेच्या या धोरणाचे उद्दिष्ट कर्ज देणे सुलभ करणे आणि पत अटी सुलभ करणे हे आहे. बँकांकडून वित्तीय मालमत्ता खरेदी करून किंवा अर्थव्यवस्थेत पैसे टाकून हे धोरण कर्ज देण्यास प्रोत्साहन देते, व्यवसायांना प्रकल्पांमध्ये गुंतवणूक करण्यास आणि ग्राहकांना वस्तू व सेवांवर खर्च करण्यास सक्षम करते.

३) कर्ज आणि खर्च वाढवणे :

कमी व्याजदर व्यवसायांद्वारे भांडवली गुंतवणुकीसाठी कर्ज घेण्यास ही धोरणे प्रोत्साहन देतात, कारखान्यांच्या विस्तारापासून ते उपकरणे खरेदी करण्यापर्यंत, आर्थिक वृद्धीस उत्तेजन देतात. याव्यतिरिक्त ग्राहकांना कार आणि घरे यासारख्या टिकाऊ वस्तूंसाठी कर्ज घेण्यास, घरगुती खर्च चालविण्यास आणि एकूण आर्थिक क्रियाकलापांमध्ये योगदान देण्यास प्रवृत्त केले जाते.

४) आर्थिक मंदीचा सामना करणे :

अनुकूल चलनविषयक धोरणे विशेषत: आर्थिक मंदीच्या काळात लागू केली जातात. व्याजदरात कपात करून आणि तरलता वाढवून, मध्यवर्ती बँकांचे उद्दिष्ट वित्तीय बाजार स्थिर करणे, कर्ज घेण्याचा खर्च कमी करणे आणि खर्चाला प्रोत्साहन देणे हे असते.या सर्व गोष्टी मंद अर्थव्यवस्था पुनरुज्जीवित करण्यासाठी आवश्यक आहेत.

५) गुंतवणूक वाढवणे :

अनुकूल चलनविषयक धोरणाचे उद्दिष्ट विविध क्षेत्रातील गुंतवणुकीला चालना देण्याचे आहे. स्वस्त कर्ज-खर्च व्यवसायांना नवीन प्रकल्प हाती घेण्यासाठी, कार्यपद्धतीचा विस्तार करण्यासाठी आणि नवनिर्मितीसाठी प्रोत्साहित करतात. ही गुंतवणूक उत्पादकता वाढवते, रोजगाराच्या संधी निर्माण करते आणि दीर्घकालीन आर्थिक वृद्धीस हातभार लावते.

६) आर्थिक वृद्धीचे उद्दिष्ट :

मागणी वाढवून आणि गुंतवणुकीला चालना देऊन आर्थिक विकासाला प्रोत्साहन देण्यासाठी अनुकूल धोरणे लक्ष्य करतात. वाढलेल्या आर्थिक क्रियाकलाप, उपभोग आणि गुंतवणुकीमुळे शाश्वत वृद्धी आणि रोजगार निर्मितीसाठी पोषक वातावरण निर्माण होते.

७) तरलता तरतूद :

वित्तीय बाजारपेठांमध्ये पुरेशी तरलता सुनिश्चित करणे हे महत्त्वाचे पैलू आहे. हे बँकांना कर्ज देण्यास मदत करते आणि बँकिंग क्षेत्रात स्थिरता टिकवून ठेवते, वित्तीय ताणतणावात पतसंकट होण्याचा धोका कमी करते.

८) रोजगार निर्मिती आणि रोजगार :

कमी व्याजदर व्यवसायांना विस्तारामध्ये गुंतवणूक करण्यास आणि अधिक कर्मचारी नियुक्त करण्यास प्रोत्साहित करतात, ज्यामुळे रोजगार निर्मिती होते. वाढीव आर्थिक क्रियाकलाप हे अनुकूल धोरणांद्वारे चालविलेले असून बेरोजगारीचा दर कमी करण्यास हातभार लावतात.

९) वित्तीय बाजारपेठांना समर्थन :

तरलता वाढवून आणि कर्ज घेण्याची परिस्थिती सुलभ करून अनुकूल धोरणे वित्तीय बाजारपेठेला स्थिर ठेवण्यास मदत करतात. हे समर्थन विशेषत: आर्थिक मंदीच्या काळात प्रणालीगत जोखीम टाळण्यास आणि स्थिरता राखण्यास मदत करते.

१०) महागाईचा धोका :

एक महत्त्वपूर्ण चिंता महागाईच्या दबावाच्या संभाव्य जोखमीभोवती फिरते. अत्याधिक तरलता इंजेक्शनमुळे मागणी वाढू शकते, ज्यामुळे किंमती वाढू शकतात आणि ग्राहकांच्या क्रयशक्तीवर परिणाम होतो. वित्तीय स्थैर्य राखण्यासाठी मध्यवर्ती बँकांनी वृद्धीस चालना देण्यासाठी आणि चलनवाढ रोखण्यासाठी समतोल राखला पाहिजे.

३.२.२ स्थिरीकरण चलनविषयक धोरण :

स्थिरीकरण धोरण हे सरकार किंवा त्याच्या मध्यवर्ती बँकेद्वारे अंमलात आणलेले धोरण आहे ज्याचे उद्दीष्ट आर्थिक वृद्धी आणि किमान किंमतीतील बदलांची निरोगी पातळी राखण्याचे आहे. स्थिरीकरण धोरण टिकवून ठेवण्यासाठी व्यवसाय चक्राचे निरीक्षण करणे आणि मागणी किंवा पुरवठ्यातील अचानक बदल नियंत्रित करण्यासाठी आवश्यकतेनुसार वित्तीय राजकोषीय आणि चलनविषयक धोरण समायोजित करणे आवश्यक आहे.

अ) अर्थ :

स्थिरीकरण चलनविषयक धोरण म्हणजे चलनवाढ नियंत्रित करण्यावर आणि अर्थव्यवस्थेत किंमत स्थिरता सुनिश्चित करण्यावर लक्ष केंद्रित करून समग्र आर्थिक स्थिरता राखण्यासाठी मध्यवर्ती बँकांद्वारे नियुक्त केलेल्या धोरणाचा संदर्भ आहे. या धोरणात्मक दृष्टीकोनात प्रामुख्याने कर्ज घेण्याच्या खर्चावर परिणाम करण्यासाठी आणि पैशाचा पुरवठा व्यवस्थापित करण्यासाठी मुख्य व्याजदर समायोजित करणे, मध्यम आर्थिक चढउतार आणि अत्यधिक चलनवाढ रोखणे समाविष्ट आहे. चलनवाढीच्या दबावांना किंवा मंदीच्या प्रवाहास तोंड देण्यासाठी चलनविषयक साधनांचा वापर करून आर्थिक वृद्धी आणि किंमत स्थिरता यांच्यात संतुलन राखणे हे प्राथमिक उद्दिष्ट आहे, ज्यामुळे शाश्वत आणि संतुलित आर्थिक परिस्थिती निर्माण होते.

ब) स्थिरीकरण चलनविषयक धोरणाची वैशिष्ट्ये :

स्थिरीकरण चलनविषयक धोरणाची वैशिष्ट्ये खालीलप्रमाणे आहेत :

१) महागाई व्यवस्थापन :

मुख्य वैशिष्ट्य म्हणजे लक्ष्यित मर्यादेत महागाईवर दक्षतेने नियंत्रण करणे. मध्यवर्ती बँका मध्यम कर्ज आणि खर्चासाठी व्याजदर समायोजित करण्यासारखे उपाय वापरतात, ज्यायोगे अर्थव्यवस्थेतील एकूण किंमत पातळींवर परिणाम होतो. स्थिर किंमती सुनिश्चित करून, हे धोरण ग्राहकांच्या क्रयशक्तीचे रक्षण करते आणि आर्थिक अंदाज ठेवते, व्यवसायांसाठी गुंतवणूकीचे नियोजन करण्यासाठी अनुकूल वातावरण निर्माण करते.

२) आर्थिक वृद्धीचे नियंत्रण :

स्थिरीकरण धोरणे जलद, शाश्वत वृद्धी रोखण्यासाठी आर्थिक विस्ताराच्या गतीचे नियमन करण्याचे उद्दिष्ट ठेवतात. अत्याधिक उधारी आणि गुंतवणुकीला परावृत्त करण्यासाठी मध्यवर्ती बँका व्याजदर वाढवू शकतात, अतिउत्साही अर्थव्यवस्थेशी संबंधित जोखीम, जसे की मालमत्ता फुगवटा किंवा वाढलेला महागाईचा दबाव कमी करू शकतात.

३) चक्रीय मंदीचा प्रतिकार करणे :

आर्थिक आकुंचन किंवा मंदीच्या काळात स्थिरीकरण धोरणे या मंदीचा प्रतिकार करण्याचा प्रयत्न करतात. मध्यवर्ती बँका व्याजदर कमी करणे आणि वित्तीय बाजारपेठेत तरलता इंजेक्ट करणे यासारखे उपाय वापरतात. हे प्रोत्साहन कर्ज घेणे, गुंतवणूक आणि खर्च करण्यास प्रोत्साहन देते, आर्थिक क्रियाकलापांना उत्तेजन देते आणि पुनर्प्राप्ती टप्प्याला समर्थन देते.

४) स्थिर विनिमय दर सुनिश्चित करणे :
स्थिरीकरण धोरणाचे आणखी एक महत्त्वाचे वैशिष्ट्य म्हणजे स्थिर विनिमय दर राखणे. मध्यवर्ती बँका चलन बाजारात हस्तक्षेप करू शकतात, त्यांचे चलन इतरांविरूद्ध त्याचे मूल्य स्थिर करण्यासाठी खरेदी किंवा विक्री करू शकतात. स्थिर विनिमय दर व्यवसाय आणि गुंतवणूकदारांसाठी अनिश्चितता कमी करून आंतरराष्ट्रीय व्यापार आणि गुंतवणूक सुलभ करतात.

५) वित्तीय उद्दिष्टे संतुलित करणे :
स्थिरीकरण धोरणे महागाई नियंत्रण, बेरोजगारी कमी करणे आणि शाश्वत वृद्धी यासारख्या अनेक आर्थिक उद्दिष्टांमध्ये संतुलन राखण्याचे उद्दिष्ट ठेवतात. मध्यवर्ती बँका या उद्दिष्टांमधील व्यापार-बंद समायोजित करण्यासाठी आणि अर्थव्यवस्थेच्या सद्य परिस्थितीशी उत्तम प्रकारे जुळणारी धोरणे तयार करण्यासाठी आर्थिक प्रारूपे आणि तथ्य विश्लेषण प्रक्रिया वापरतात.

६) व्याजदर समायोजन :
मध्यवर्ती बँका एक महत्त्वपूर्ण साधन म्हणून व्याजदरात बदल करतात. दर वाढवल्याने आर्थिक वृद्धी आणि चलनवाढ मध्यम होऊ शकते, तर दर कमी केल्याने मंदीच्या काळात आर्थिक क्रियाकलापांना चालना मिळू शकते, कर्ज घेण्याच्या खर्चावर आणि उद्योगांमध्ये खर्च करण्याच्या वर्तनावर परिणाम होतो.

७) पैशाच्या पुरवठ्याचे नियमन :
पैशाचा पुरवठा व्यवस्थापित करणे महत्वाचे आहे. अर्थव्यवस्थेतील तरलतेचे नियमन करण्यासाठी केंद्रीय बँका खुल्या बाजारातील कार्यपद्धती किंवा राखीव आवश्यकता यासारख्या साधनांचा वापर करतात. चलन पुरवठा नियंत्रित केल्याने चलनवाढ किंवा चलनवाढीचा धोका न घेता पुरेशी तरलता सुनिश्चित होते.

८) वित्तीय अस्थिरता रोखणे :
स्थिरीकरण धोरणांमध्ये स्थिर आर्थिक व्यवस्था सुनिश्चित करून वित्तीय संकट टाळण्यासाठी उपाययोजनांचा समावेश होतो. वित्तीय संस्थांवरील कठोर नियम, पद्धतशीर जोखमींचे निरीक्षण करणे आणि जोखीम व्यवस्थापन पद्धती लागू करणे, जास्त जोखीम टाळण्यास आणि वित्तीय स्थिरता राखण्यास मदत करते.

९) दीर्घकालीन वित्तीय स्थिरता :
स्थिरीकरण धोरणे कालांतराने शाश्वत आर्थिक स्थैर्याचे उद्दिष्ट ठेवतात. चलनवाढीचे व्यवस्थापन करून, स्थिर वाढीला चालना देऊन आणि आर्थिक चक्रांना प्रतिसाद देऊन ते दीर्घकालीन स्थिरतेला प्रोत्साहन देऊन अर्थव्यवस्थेची एकूण स्थिती आणि लवचिकतेमध्ये योगदान देतात.

१०) लवचिकता आणि अनुकूलता :
स्थिरीकरण धोरणांना अनुकूलता आवश्यक असते. मध्यवर्ती बँका सतत आर्थिक निर्देशकांवर लक्ष ठेवतात आणि बदलत्या आर्थिक परिस्थितींमध्ये स्थिरता टिकवून ठेवण्यासाठी त्यांचे उपाय प्रभावी राहतील याची खात्री करून विकसित होत असलेल्या आर्थिक परिस्थितीला तोंड देण्यासाठी त्यानुसार धोरणे समायोजित करतात.

३.२.३ अनुकूल वि. स्थिरीकरण चलनविषयक धोरण :

अनुकूल आणि स्थिरीकरण चलनविषयक धोरण यांच्यातील तपशीलवार तुलना पुढील तक्त्याच्या स्वरूपात केली आहे:

मुद्दे	अनुकूल चलनविषयक धोरण	स्थिरीकरण चलनविषयक धोरण
१) उद्दिष्ट	प्रामुख्याने आर्थिक विकासाला चालना देणे आणि तरलता वाढवणे हे उद्दिष्ट आहे.	स्थिर आर्थिक परिस्थिती राखण्यावर आणि महागाई व्यवस्थापित करण्यावर लक्ष केंद्रित करते.

मुद्दे	अनुकूल चलनविषयक धोरण	स्थिरीकरण चलनविषयक धोरण
२) व्याजदर	कर्ज घेणे आणि खर्च करण्यास प्रोत्साहन देण्यासाठी व्याजदर कमी करणे समाविष्ट आहे.	वित्तीय गरजांनुसार व्याजदर वाढवणे आणि कमी करणे या दोन्हींचा समावेश असू शकतो.
३) पैशाचा पुरवठा	सामान्यत: परिमाणात्मक सुलभतेद्वारे पैशांचा पुरवठा वाढवणे समाविष्ट असते.	आर्थिक गरजांवर आधारित पैशाच्या पुरवठ्याम ध्ये समायोजन समाविष्ट असते.
४) वित्तीय परिस्थिती	आर्थिक मंदी किंवा मंदीच्या काळात पुनर्प्राप्ती वाढवण्यासाठी वापरले जाते.	आर्थिक चढउतार मध्यम करण्यासाठी आणि अत्यंत उच्च किंवा निचला प्रतिबंध करण्यासाठी वापरले जाते.
५) महागाई भर	वृद्धीस चालना देण्यासाठी तात्पुरती चलनवाढ स्वीकारण्याची प्रवृत्ती.	प्रामुख्याने विशिष्ट लक्ष्य श्रेणीमध्ये चलनवाढ नियंत्रित करण्यावर लक्ष केंद्रित करते.
६) रोजगार परिणाम	वाढीव आर्थिक क्रियाकलापांद्वारे रोजगार वाढवण्याचे उद्दिष्ट.	रोजगाराचा विचार करते परंतु महागाई नियंत्रणापेक्षा त्याला प्राधान्य देत नाही.
७) मुख्य साधन भर	मागणीला चालना देण्यासाठी प्रामुख्याने व्याजदर समायोजनावर लक्ष केंद्रित करते.	अर्थव्यवस्था स्थिर करण्यासाठी व्याजदरांसारख्या विविध साधनांचा वापर करू शकते.
८) चक्रीय व्यवस्थापन	प्रामुख्याने खर्चाला प्रोत्साहन देऊन आर्थिक मंदीचे निराकरण करते.	मंदी आणि अर्थव्यवस्थेचा अतिउत्साहीपणा या दोन्हींचा सामना करण्याचे उद्दिष्ट असते.
९) दीर्घकालीन स्थिरता	अधिक विस्तारक असण्याची प्रवृत्ती, संभाव्य दीर्घकालीन स्थिरतेला धोका असतो.	स्थिरतेला प्राधान्य देते, शक्यतो दीर्घकालीन शाश्वततेसाठी वृद्धी रोखते.
१०) जोखीम सहनशीलता	उच्च जोखीम सहन करण्यास प्रवृत्त होते, तात्काळ आर्थिक उत्तेजनाचे लक्ष्य.	अधिक जोखीम-प्रतिरोधक, शाश्वत, नियंत्रित वृद्धीचे लक्ष्य ठेवण्याची प्रवृत्ती.
११) मध्यवर्ती बँक भर	मध्यवर्ती बँका त्यांच्या धोरणांमध्ये वृद्धी आणि रोजगारास प्राधान्य देऊ शकतात.	मध्यवर्ती बँका किंमत स्थिरता आणि एकूणच वित्तीय स्थिरतेकडे झुकू शकतात.
१२) वित्तीय परिणाम	अनेकदा कर्ज घेणे, गुंतवणूक आणि ग्राहक खर्च वाढतो.	अतिउत्साहीपणा टाळण्यासाठी कर्ज घेणे, गुंतवणूक करणे आणि खर्च करणे कमी होऊ शकते.

▶ ३.३ चलनविषयक धोरणाची निर्मिती :

सर्वसमावेशक चलनविषयक धोरणाची आखणी करताना समग्र आर्थिक उद्दिष्टे साध्य करण्याच्या उद्देशाने धोरणात्मक चौकट समाविष्ट असते. यामध्ये व्याजदर समायोजन, पैशाचा पुरवठा व्यवस्थापित करणे आणि स्थिर वित्तीय परिस्थिती वाढवण्यासाठी नियामक उपायांचे सूक्ष्म मिश्रण समाविष्ट आहे. धोरणाची निर्मितीमध्ये महागाईचे लक्ष्य, रोजगार पातळी आणि आर्थिक वृद्धीची उद्दिष्टे लक्षात घेऊन आर्थिक निर्देशकांचे सतत निरीक्षण करणे आवश्यक आहे. आर्थिक क्रियाकलापांना चालना देणे आणि चलनवाढीच्या दबावाला आळा घालणे यामध्ये समतोल साधणे

आवश्यक आहे, अनेकदा प्रभावी परिणामांसाठी राजकोषीय धोरणांशी सहकार्य आवश्यक असते. दीर्घकालीन स्थिरता आणि शाश्वततेस प्राधान्य देताना विकसित होत असलेल्या आर्थिक भूदृश्यांशी जुळवून घेण्याच्या लवचिकतेवर धोरणाच्या रचनेत भर दिला पाहिजे.

३.३.१ चलनविषयक धोरणाची निर्मितीची प्रक्रिया :

चलनविषयक धोरणाची निर्मितीची प्रक्रिया पुढील मुद्यांच्या आधारे जाणून घेता येईल :

१) आर्थिक विश्लेषण :

चलनवाढीचा दर, जीडीपी वृद्धी, रोजगार पातळी आणि आंतरराष्ट्रीय व्यापार गतिशीलता यासारख्या सध्याच्या आर्थिक निर्देशकांच्या सखोल विश्लेषणाद्वारे प्रक्रिया सुरू होते. मध्यवर्ती बँका किंवा चलनविषयक अधिकारी अर्थव्यवस्थेची एकूण स्थिती मोजण्यासाठी विविध तथ्य बिंदूंचे पुनरावलोकन करतात. हे विश्लेषण धोरण तयार करण्यासाठी एक पाया म्हणून काम करते.

२) उद्दिष्ट निश्चिती :

आर्थिक विश्लेषणाच्या आधारे स्पष्ट उद्दिष्टे स्थापित केली जातात. या उद्दिष्टांमध्ये सामान्यत: किमतीची स्थिरता राखणे, लक्ष्य श्रेणीमध्ये चलनवाढ नियंत्रित करणे, आर्थिक वृद्धीस चालना देणे आणि पुरेशी रोजगार पातळी सुनिश्चित करणे समाविष्ट आहे. प्रभावी धोरण निर्मितीसाठी विशिष्ट, साध्य करण्यायोग्य लक्ष्ये परिभाषित करणे महत्वाचे असते.

३) धोरण साधनांचे मूल्यांकन :

मध्यवर्ती बँका उपलब्ध चलनविषयक धोरण साधनांचे मूल्यांकन आणि मूल्यमापन करतात. या साधनांमध्ये व्याजदर समायोजन, खुल्या बाजारातील कार्यपद्धती, राखीव आवश्यकता आणि अग्रेषित मार्गदर्शन यांचा समावेश असतो. प्रत्येक साधनाची परिणामकारकता आणि मर्यादा समजून घेणे धोरणाची उद्दिष्टे साध्य करण्यासाठी सर्वात योग्य साधनांची निवड करण्यात मदत करते.

४) अंदाज आणि परिस्थिती :

भविष्यातील आर्थिक परिस्थिती आणि संभाव्य परिस्थितींचा अंदाज लावणे अविभाज्य आहे. या पायरीमध्ये अपेक्षित आणि अनपेक्षित अशा दोन्ही आर्थिक घडामोडी लक्षात घेऊन धोरणात्मक कृतींवर आधारित विविध संभाव्य परिणामांचे विश्लेषण करणे समाविष्ट असते. संवेदनशीलता विश्लेषण वेगवेगळ्या परिस्थितींमध्ये धोरणाच्या परिणामकारकतेचा अंदाज लावण्यास मदत करते.

५) धोरण तयार करणे :

आर्थिक विश्लेषण, वस्तुनिष्ठ रचना आणि उपलब्ध साधनांच्या आधारे धोरणकर्ते चलनविषयक धोरण संरचना तयार करतात. यामध्ये धोरणाची भूमिका निश्चित करणे समाविष्ट आहे, की ते विस्तारात्मक, आकुंचनात्मक किंवा मध्यवर्ती बँकेने निर्धारित केलेल्या सध्याच्या आर्थिक परिस्थिती आणि उद्दिष्टांशी तटस्थपणे संरेखित केले पाहिजे.

६) संप्रेषण धोरण निर्णय :

मध्यवर्ती बँका पारदर्शकता राखण्यासाठी आणि बाजाराच्या अपेक्षा व्यवस्थापित करण्यासाठी धोरणात्मक निर्णय आणि त्यामागील तर्क संप्रेषण करतात. हे संप्रेषण बाजारातील सहभागींना मार्गदर्शन करण्यास मदत करते, त्यांच्या वर्तनाला धोरणात्मक उद्दिष्टांच्या अनुषंगाने आकार देते.

७) धोरण अंमलबजावणी :

एकदा धोरण तयार केल्यावर ते कृतीत आणले जाते. मध्यवर्ती बँका विविध कार्यात्मक साधनांद्वारे धोरणात्मक निर्णय अंमलात आणतात, जसे की व्याज दर समायोजित करणे, खुल्या बाजारातील कार्यपद्धती आयोजित करणे किंवा निवडलेल्या धोरणात्मक भूमिका आणि उद्दिष्टांवर अवलंबून राखीव आवश्यकता बदलणे इ.

८) देखरेख आणि मूल्यमापन :

आर्थिक निर्देशकांवर धोरणाच्या प्रभावाचे सतत निरीक्षण आणि मूल्यमापन आवश्यक असते. मध्यवर्ती बँका नियमितपणे धोरणात्मक कृती इच्छित परिणामांशी जुळत आहेत की नाही याचे मूल्यांकन करतात. मूल्यमापन परिणामांवर आधारित समायोजन किंवा जुळवणूक आवश्यक असते.

९) अनुकूलता आणि लवचिकता :

चलनविषयक धोरणाच्या रचनेत बदलत्या आर्थिक परिस्थितीशी जुळवून घेण्याची आवश्यकता असते. आर्थिक वातावरण गतिमान असते त्यामुळे धोरणे नवीन माहिती, अप्रत्याशित घटना किंवा आर्थिक परिस्थितीत बदल घडवून आणण्यासाठी पुरेसे लवचिक असणे आवश्यक आहे, ज्यामुळे वेळेवर समायोजन करता येईल.

१०) राजकोषीय धोरणाशी समन्वय :

राजकोषीय आणि चलनविषयक धोरणांमधील सहकार्य आणि समन्वय महत्त्वपूर्ण मानला जातो. व्यापक आर्थिक उद्दिष्टे साध्य करण्यासाठी दोन्ही धोरणे एकत्रितपणे कार्य करतात याची खात्री केल्याने त्यांची परिणामकारकता वाढते. आर्थिक धोरणात्मक निर्णयांद्वारे सरकारी खर्च आणि कर आकारणी यासारख्या राजकोषीय उपायांचे सरेखन करणे एकूण आर्थिक स्थिरता आणि वाढीस हातभार लावते.

३.३.२ विनिमय दर स्थिरता :

विनिमय दर स्थिरता अशा परिस्थितीचा संदर्भ देते जिथे देशाचे चलनमूल्य तुलनेने स्थिर राहते किंवा विशिष्ट कालावधीत इतर चलनांच्या तुलनेत त्यात कमीत-कमी चढ-उतार दिसून येते. आंतरराष्ट्रीय व्यापार, गुंतवणूक आणि एकूणच आर्थिक स्थैर्यावरील महत्त्वपूर्ण परिणामामुळे विनिमय दर स्थिरता प्राप्त करणे हे धोरणकर्ते आणि मध्यवर्ती बँकांचे प्राधान्य असते.

अ) अर्थ :

विनिमय दर स्थिरता अशा परिस्थितीचा संदर्भ देते जिथे देशाचे चलन ठराविक कालावधीत इतर चलनांच्या तुलनेने निश्चित किंवा सातत्यपूर्ण मूल्य राखते. हे विनिमय दरातील लक्षणीय चढ-उतार किंवा अस्थिरतेची कमतरता दर्शवते. व्यापार, गुंतवणूक, चलनवाढ आणि एकूणच आर्थिक स्थिरतेवर परिणाम झाल्यामुळे विनिमय दरांमध्ये स्थिरता प्राप्त करणे हे धोरणकर्ते आणि मध्यवर्ती बँकांचे मुख्य ध्येय असते.

ब) विनिमय दर स्थिरतेत योगदान देणारे घटक :

विनिमय दर स्थिरता राखण्यासाठी अनेक घटक योगदान देतात :

१) चलनविषयक धोरण सुसंगतता :

देशाचे चलनविषयक धोरण महत्त्वपूर्ण भूमिका बजावते. स्थिर चलनवाढीच्या दरांना प्राधान्य देणाऱ्या आणि किमतीची स्थिरता सुनिश्चित करण्यासाठी उपाययोजना करणाऱ्या मध्यवर्ती बँका अनेकदा विनिमय दर स्थिरतेमध्ये योगदान देतात. चलनवाढ नियंत्रित करण्याच्या उद्देशाने धोरणे चलनाच्या मूल्यावर विश्वास ठेवण्यास मदत करतात, लक्षणीय चढ-उतार होण्याची शक्यता कमी करतात.

२) परकीय चलन साठा :

भरीव परकीय चलन साठा जमा केल्याने चलनाच्या अस्थिरतेला एक आधार मिळतो. पुरेसा साठा मध्यवर्ती बँकांना चलन बाजारात हस्तक्षेप करण्यास, त्यांच्या चलनाची खरेदी किंवा विक्री जास्त चढ-उतार रोखण्यास आणि विनिमय दर स्थिर करण्यासाठी सक्षम करते.

३) स्थिर किंवा व्यवस्थापित विनिमय दर प्रणाली :

काही देश स्थिर किंवा व्यवस्थापित विनिमय दर प्रणाली निवडतात जिथे त्यांच्या चलनाचे मूल्य दुसऱ्या चलनाला किंवा चलनांच्या संचाशी जोडलेले असते. चलन संच मूल्यापासून विचलित झाल्यास मध्यवर्ती बँकांना हस्तक्षेप करण्यास परवानगी देऊन, पूर्वनिर्धारित दर स्थापित करून चढ-उतार मर्यादित करण्याचे या प्रणालींचे उद्दिष्ट असते.

४) आर्थिक स्थिरता :

मजबूत आणि स्थिर आर्थिक मूलभूत तत्त्वे; ज्यात मजबूत जीडीपी वृद्धी, सार्वजनिक कर्जाचे आटोपशीर स्तर आणि सातत्यपूर्ण व्यापार शिल्लक हे विनिमय दर स्थिरतेमध्ये योगदान देतात. सुदृढ अर्थव्यवस्था असलेले देश अनेकदा अधिक स्थिर विनिमय दर अनुभवतात.

५) राजकीय स्थिरता :

राजकीय अनिश्चितता आणि अस्थिरतेमुळे विनिमय दरांमध्ये चढ-उतार निर्माण होऊ शकतात. स्थिर राजकीय वातावरण असलेल्या देशांमध्ये अधिक अंदाजे विनिमय दर असतात कारण ते गुंतवणूकदारांमध्ये आत्मविश्वास वाढवतात आणि चलन अस्थिरतेशी संबंधित जोखीम कमी करतात.

६) बाजारातील आत्मविश्वास आणि पारदर्शकता :

पारदर्शक आणि सु-नियमित वित्तीय प्रणाली गुंतवणूकदार आणि व्यापाऱ्यांमध्ये आत्मविश्वास निर्माण करते. पारदर्शक चलनविषयक धोरणे आणि वित्तीय प्रणाली असलेले देश अधिक विश्वासार्ह मानले जातात, विनिमय दर स्थिरतेमध्ये योगदान देतात.

७) जागतिक आर्थिक परिस्थिती :

जागतिक आर्थिक प्रवाह, भू-राजकीय घटना आणि उत्पादनांच्या किमतीतील बदल यासारखे बाह्य घटक विनिमय दरांवर परिणाम करू शकतात. प्रमुख जागतिक अर्थव्यवस्थांमधील स्थिरता आणि अनुकूल आंतरराष्ट्रीय आर्थिक परिस्थिती वैयक्तिक देशांमधील विनिमय दर स्थिरतेवर सकारात्मक प्रभाव टाकतात.

८) व्यापार शिल्लक आणि चालू खाते :

स्थिर विनिमय दर अनेकदा संतुलित व्यापार आणि चालू खात्याशी संबंधित असतो. आयात आणि निर्यात यांच्यात तुलनेने स्थिर संतुलन राखणारे देश त्यांच्या विनिमय दरांमध्ये कमी अस्थिरता अनुभवतात.

क) चलनविषयक धोरणाची रचना आणि विनिमय दर स्थिरता :

विनिमय दर स्थिरता प्राप्त करण्यासाठी चलनविषयक धोरणाची रचना करताना विविध आर्थिक घटकांचा विचार करून धोरणात्मक दृष्टीकोन समाविष्ट असतो. विशेषत: विनिमय दर स्थिरता सुनिश्चित करण्याच्या उद्देशाने धोरण तयार करण्यासाठी खाली एक व्यापक रूपरेषा दिली आहे:

१) उद्दिष्ट निश्चिती :

प्राथमिक धोरण उद्दिष्ट म्हणून विनिमय दर स्थिरता प्रस्थापित करण्यासाठी अचूक व्याख्या आवश्यक आहे. यात एक लक्ष्य किंवा श्रेणी निश्चित करणे समाविष्ट आहे, ज्यामध्ये चलन प्रमुख चलनांच्या तुलनेत चढ-उतार झाले

पाहिजे. स्पष्ट उद्दिष्टे धोरण तयार करण्यास मार्गदर्शन करतात, विनिमय दरातील चढ-उतारांसाठी सहिष्णुतेची पातळी दर्शवितात. उदाहरणार्थ, एक अरुंद बंधपत्र हा स्थिरता राखण्यासाठी कठोर हस्तक्षेप सुचवतो, तर विस्तृत श्रेणी अधिक लवचिकतेस परवानगी देतो.

२) विनिमय दर नियम निवड :

विनिमय दर नियम व्यवस्था निवडणे महत्त्वाचे आहे. स्थिर पेग निश्चितता देतात परंतु पेग केलेल्या मूल्याचे कठोर पालन करण्याची मागणी करतात, त्यासाठी सतत हस्तक्षेप आवश्यक असतो. व्यवस्थापित चलदृष्य अधिक लवचिकतेस चालना देतात, परंतु अत्यंत चढ-उतार टाळण्यासाठी दक्षता आवश्यक असते. विनिमय दर स्थिर करण्यासाठी निवडलेल्या राजवटीची परिणामकारकता देशाच्या आर्थिक परिस्थितीशी आणि धोरणात्मक उद्दिष्टांशी त्याच्या सरेखनावर अवलंबून असते.

३) व्याजदर धोरण :

विनिमय दर स्थिरतेमध्ये व्याजदर महत्त्वपूर्ण भूमिका बजावतात. अंदाजानुसार स्थिर व्याजदराचे पर्यावरण परकीय गुंतवणूकदारांना उत्पन्न मिळवून देणारे, चलनाची मागणी वाढवणारे असून त्यांना आकर्षित करते. मध्यवर्ती बँका विनिमय दरांवर प्रभाव टाकण्यासाठी दर समायोजित करतात, परंतु स्थिरतेवर होणारा परिणाम हा अर्थव्यवस्थेच्या एकूण स्थितीवर, चलनवाढीचा दर आणि बाह्य घटकांवर अवलंबून असतो.

४) परकीय चलन साठा :

परकीय चलनाचा साठा जमा करणे आणि त्याचे व्यवस्थापन करणे महत्त्वाचे आहे. परकीय चलन साठा मजबूत राखीव सुरक्षिततेचे जाळे प्रदान करतात, ज्यामुळे चलन बाजारातील हस्तक्षेप चलनाचे मूल्य स्थिर ठेवतात. राखीव निधीची पर्याप्तता स्थिरता सुनिश्चित करून चलनावरील सट्टा हल्ल्यांना तोंड देण्याची मध्यवर्ती बँकेची क्षमता निर्धारित करते.

५) चलनविषयक साधने आणि हस्तक्षेप :

खुल्या बाजार पद्धती किंवा राखीव निधीची आवश्यकता समायोजित करणे यासारख्या वित्तीय साधनांचा उपयोग करणे तरलता आणि विनिमय दरांवर परिणाम करते. मध्यवर्ती बँका विनिमय दर स्थिर करण्याच्या उद्देशाने, चलन खरेदी किंवा विक्री करून हस्तक्षेप करतात. बाजारातील गतिमानतेस व्यत्यय न आणता अत्याधिक चढ-उतारांचा सामना करण्यासाठी हस्तक्षेपांची वेळ आणि व्याप्ती महत्त्वपूर्ण आहे.

६) संवाद आणि पारदर्शकता :

धोरणात्मक निर्णय आणि हेतू यांचा पारदर्शक संवाद मूलभूत आहे. विनिमय दर स्थिरता राखण्यासाठी संवाद साधण्याच्या रणनीतींमधील स्पष्टता ही अनिश्चितता कमी करून बाजारातील आत्मविश्वास वाढवते. मुक्त संप्रेषण भागधारकांना मध्यवर्ती बँकेची स्थिरतेची वचनबद्धता समजून घेण्यास मदत करते, बाजाराच्या अपेक्षा धोरणात्मक उद्दिष्टांद्वारे सरेखित करते.

७) आर्थिक निर्देशक पर्यवेक्षण :

चलनवाढीचा दर, व्यापार शिल्लक आणि राखीव पातळी यासारख्या आर्थिक निर्देशकांचे सतत पर्यवेक्षण करणे आवश्यक आहे. सखोल विश्लेषण धोरण समायोजनांचे मार्गदर्शन करते, अंमलात आणलेल्या उपायांची प्रभावीता आणि विनिमय दरांवरील संभाव्य प्रभावांबद्दल माहिती प्रदान करते.

८) राजकोषीय-चलनविषयक धोरण समन्वय :

धोरण सुसंगततेसाठी राजकोषीय धोरणांशी समन्वय महत्त्वाचा आहे. चलनविषयक धोरणांद्वारे सरकारी खर्च किंवा कर आकारणी यासारख्या राजकोषीय उपायांचे सरेखन करणे परस्परविरोधी उद्दिष्टांना प्रतिबंधित करते आणि स्थिर आर्थिक पर्यावरणास प्रोत्साहन देऊन विनिमय दर स्थिरतेच्या दिशेने प्रयत्नांना पाठबळ देते.

९) जागतिक आर्थिक परिस्थितीचा विचार :

बाह्य घटकांचा विनिमय दरांवर लक्षणीय परिणाम होतो. जागतिक आर्थिक प्रवाह, भू-राजकीय घटना, आणि उत्पादनाच्या किमती धोरण तयार करताना विचारात घेतल्याने संभाव्य झटके कमी करण्यासाठी, देशांतर्गत विनिमय दरांची स्थिरता बळकट करण्यासाठी सक्रिय उपाय करणे शक्य होते.

१०) दीर्घकालीन धोरण आणि लवचिकता :

दीर्घकालीन धोरण विकसित केल्याने विनिमय दर स्थिरता राखण्यासाठी सातत्य सुनिश्चित होते. धोरण समायोजनामधील लवचिकता बदलत्या आर्थिक भूदृश्यांशी जुळवून घेण्यास मुभा देते, विकसित होत असलेल्या देशांतर्गत आणि जागतिक आर्थिक परिस्थितींमध्ये धोरण परिणामकारकता सुनिश्चित करते. एक सुव्यवस्थित रणनीती स्थिरतेच्या उद्दिष्टांना अनुकूलतेद्वारे एकत्रित करते, शाश्वत विनिमय दर व्यवस्थापन सुनिश्चित करते.

३.३.३ किंमत पातळी स्थिरता :

किंमत पातळी स्थिरता म्हणजे अर्थव्यवस्थेत कालांतराने चलनवाढीचा सातत्यपूर्ण आणि अंदाजित दर राखणे. हे अशा वातावरणाचे प्रतिनिधित्व करते जेथे वस्तू आणि सेवांची सामान्य किंमत पातळी तुलनेने स्थिर राहते किंवा फक्त किरकोळ चढउतार अनुभवतात.

अ) अर्थ :

किंमत पातळी स्थिरता म्हणजे कालांतराने चलनवाढीचा सातत्यपूर्ण आणि अंदाजित दर राखणे. किमतीची स्थिरता सुनिश्चित करण्यासाठी मध्यवर्ती बँका आणि धोरणकर्ते महागाईला लक्ष्य श्रेणीमध्ये ठेवण्याचे उद्दिष्ट ठेवतात. मध्यम चलनवाढ, बऱ्याच अर्थव्यवस्थांमध्ये २% च्या आसपास लक्ष्य ठेवली जाते, ती निरोगी मानली जाते कारण ती खर्च आणि गुंतवणुकीला प्रोत्साहन देऊन आर्थिक वृद्धीस चालना देते. तथापि, अत्याधिक चलनवाढीमुळे क्रयशक्ती कमी होते आणि आर्थिक नियोजनात व्यत्यय येतो. किमतीची स्थिरता प्राप्त करणे महत्त्वाचे आहे कारण ते ग्राहक आणि व्यावसायिक निर्णयांवर प्रभाव टाकते, दीर्घकालीन गुंतवणूक आणि आर्थिक नियोजनावर परिणाम करते.

ब) किंमत स्थिरता प्राप्त करण्यासाठी धोरणे :

किंमत पातळी स्थिरता प्राप्त करण्यामध्ये चलनवाढ व्यवस्थापित करण्यासाठी आणि किमतीतील वाढीचा सातत्यपूर्ण दर राखण्यासाठी चलनविषयक, राजकोषीय आणि नियामक उपायांचा समावेश असतो. किंमत स्थिरता प्राप्त करण्यासाठी पुढील धोरणे वापरली जातात:

१) चलनविषयक धोरण :

मध्यवर्ती बँका चलन पुरवठा नियंत्रित करण्यासाठी आणि व्याजदरांवर प्रभाव टाकण्यासाठी चलनविषयक धोरण साधनांचा वापर करतात. व्याजदर समायोजित करून ते कर्ज घेण्याच्या खर्चावर नियंत्रण ठेवण्याचे, खर्च आणि गुंतवणुकीच्या स्तरांवर परिणाम करण्याचे उद्दिष्ट ठेवतात. दर वाढवून चलनविषयक धोरण कडक केल्याने चलनवाढ रोखण्यास मदत होते, तर दर कमी केल्याने मंदीच्या काळात आर्थिक क्रियाकलापांना चालना मिळते.

२) चलनवाढ लक्ष्यीकरण :

चलनवाढीचे स्पष्ट लक्ष्य निश्चित केल्याने चलनविषयक धोरण निर्णयांचे मार्गदर्शन होते. किमतीची स्थिरता राखण्यासाठी मध्यवर्ती बँका अनेकदा विशिष्ट चलनवाढीचे लक्ष्य, जसे की २%, निश्चित करतात. धोरणे नंतर मध्यम ते दीर्घ मुदतीसाठी ही लक्ष्ये साध्य करण्यासाठी आणि टिकवून ठेवण्यासाठी तयार केली जातात.

३) खुल्या बाजारातील कार्यपद्धती :

मध्यवर्ती बँका मुद्रा पुरवठा व्यवस्थापित करण्यासाठी खुल्या बाजारातील कार्यपद्धती, सरकारी प्रतिभूतींची खरेदी किंवा विक्री करतात. प्रतिभूतींची विक्री केल्याने प्रणालीमधून पैसे शोषले जातात, तरलता कमी होते आणि चलनवाढीचा दबाव कमी होतो.

४) व्याजदर समायोजन :

व्याजदरात फेरफार केल्याने कर्ज घेणे आणि खर्च करण्याच्या वर्तनावर परिणाम होतो. जेव्हा महागाई वाढते तेव्हा व्याजदर वाढवल्याने कर्ज घेणे आणि खर्च करणे परावृत्त होते, त्यामुळे मागणी कमी होते आणि किमती स्थिर होतात.

५) नियमन आणि देखरेख :

सरकारी नियम आणि देखरेख मक्तेदारी पद्धती आणि किमतीतील फेरफार रोखतात. अविश्वास कायदे आणि स्पर्धा धोरणे योग्य बाजारपेठेतील स्पर्धा सुनिश्चित करतात, कंपन्यांची अवाजवी किंमत निश्चित करण्याची क्षमता मर्यादित करते.

६) पुरवठा–बाजूची धोरणे :

उत्पादन प्रक्रियेत उत्पादकता, कार्यक्षमता आणि नावीन्य वाढवण्याचे उद्दिष्ट ठेवणारी धोरणे स्थिर किमतींमध्ये योगदान देतात. पायाभूत सुविधा, तंत्रज्ञान आणि शिक्षणातील गुंतवणूक दीर्घकालीन पुरवठा क्षमता वाढवू शकते आणि महागाईचा दबाव कमी करू शकते.

७) राजकोषीय धोरणे :

चलनविषयक आणि राजकोषीय धोरणांमधील समन्वय महत्त्वाचा असतो. कर आकारणी आणि सरकारी खर्च यासारख्या राजकोषीयउपायांचा मागणीवर प्रभाव पडतो. महसुलासारखी खर्चाचा समतोल राखणारी विवेकपूर्ण राजकोषीय धोरणे किंमत स्थिरतेत योगदान देतात.

८) पारदर्शक संवाद :

मध्यवर्ती बँकांकडून त्यांच्या धोरणात्मक निर्णयांबद्दल आणि हेतूंबद्दलचे संप्रेषण बाजाराचा अंदाज वाढवते. चलनवाढीची उद्दिष्टे आणि धोरणात्मक हेतूंबद्दल स्पष्ट संवाद, मध्यवर्ती बँकेच्या उद्दिष्टांद्वारे बाजाराच्या अपेक्षा सरेखित करण्यास मदत करते.

९) आंतरराष्ट्रीय व्यापार आणि विनिमय दर :

आंतरराष्ट्रीय व्यापार धोरणे आणि विनिमय दर व्यवस्थापन देशांतर्गत किमतींवर परिणाम करतात. स्थिर विनिमय दर राखणे आणि वाजवी व्यापार पद्धतींचा प्रचार करणे किमतीच्या स्थिरतेमध्ये योगदान देते.

१०) देखरेख आणि मूल्यमापन :

आर्थिक निर्देशकांचे विशेषतः महागाई दरांचे सतत निरीक्षण करणे महत्त्वाचे आहे. नियमित मूल्यमापन धोरणात्मक उपायांची परिणामकारकता मोजण्यास मदत करते आणि किंमत स्थिरता राखण्यासाठी वेळेवर समायोजन सुलभ करते.

क) चलनविषयक धोरणाची रचना आणि किंमत पातळी स्थिरता :

किंमत पातळी स्थिरतेसाठी सज्ज असलेल्या चलनविषयक धोरणाची रचना करताना विविध साधने आणि रणनीतींचा समावेश असलेल्या बहुआयामी दृष्टिकोनांचा समावेश होतो :

१) महागाई लक्ष्यीकरण :

स्पष्ट आणि पारदर्शक महागाईचे लक्ष्य स्थापित करणे हे मूलभूत आहे. मध्यवर्ती बँका अनेकदा किमतीच्या स्थिरतेसाठी बेंचमार्क म्हणून २% सारखे स्पष्ट चलनवाढीचे लक्ष्य निश्चित करतात. धोरणात्मक आराखडा हे लक्ष्य साध्य करणे आणि राखणे यावर लक्ष केंद्रित करतो, आर्थिक निर्णयांचे मार्गदर्शन करतो.

२) व्याजदर व्यवस्थापन :

चलनवाढीवर प्रभाव टाकण्यासाठी व्याजदरांचा एक साधन म्हणून वापर करणे हे केंद्रस्थानी आहे. जेव्हा चलनवाढीचा कल वरच्या दिशेने होतो, तेव्हा मध्यवर्ती बँका उधारी आणि खर्च कमी करण्यासाठी व्याजदर वाढवून चलनवाढीच्या दबावाला आळा घालण्यासाठी, एक हतबल भूमिका स्वीकारू शकतात. याउलट, आर्थिक मंदीच्या काळात दर कमी केल्याने चलनवाढीचे धोके टाळण्यासाठी मागणी वाढू शकते.

३) खुल्या बाजारातील कार्यपद्धती :

मध्यवर्ती बँका पैशाच्या पुरवठ्याचे नियमन करण्यासाठी खुल्या बाजारातील कार्यपद्धती, सरकारी प्रतिभूतींची खरेदी किंवा विक्री करतात. रोखे विक्री केल्याने अर्थव्यवस्थेतील जादा पैसा शोषून घेतला जातो, तरलता कमी करून चलनवाढ नियंत्रित करण्याचे उद्दिष्ट ठेवले जाते.

४) संप्रेषण आणि अग्रेषित मार्गदर्शन :

धोरणात्मक हेतू आणि निर्णयांचा स्पष्ट व पारदर्शक संवाद महत्त्वाचा असतो. मध्यवर्ती बँका त्यांचे चलनवाढ लक्ष्य आणि बाजाराच्या अपेक्षा व्यवस्थापित करण्यासाठी धोरणात्मक कृती स्पष्ट करतात. भविष्यातील धोरणात्मक उपायांबद्दल अग्रेषित मार्गदर्शन हे अनिश्चितता कमी करून मध्यवर्ती बँकेच्या धोरणांद्वारे बाजाराचा अंदाज सरेखित करण्यास मदत करते.

५) संस्थात्मक चौकट आणि स्वातंत्र्य :

मध्यवर्ती बँकेचे स्वातंत्र्य सुनिश्चित करणे आणि किंमत स्थिरतेसाठी स्पष्ट आदेश प्रदान करणे आवश्यक आहे. एक स्वतंत्र मध्यवर्ती बँक राजकीय हस्तक्षेपाशिवाय आर्थिक माहिती आणि दीर्घकालीन उद्दिष्टांवर आधारित निर्णय घेऊ शकते, विश्वासार्हता आणि धोरणात्मक उपायांमध्ये आत्मविश्वास वाढवू शकते.

६) निरीक्षण आणि विश्लेषण :

चलनवाढीचे दर आणि संबंधित घटक यासारख्या आर्थिक निर्देशकांचे सतत निरीक्षण हे धोरण समायोजनांचे मार्गदर्शन करतात. आर्थिक माहितीचे कठोर विश्लेषण आणि मूल्यमापन धोरणकर्त्यांना उपाययोजनांच्या परिणामकारकतेचे मूल्यांकन करण्यास आणि त्यानुसार धोरणे जुळवून घेण्यास सक्षम करते.

७) राजकोषीय धोरणाशी समन्वय :

सुसंगत धोरण आराखड्यासाठी राजकोषीय अधिकाऱ्यांशी सहकार्य करणे महत्त्वाचे आहे. राजकोषीय धोरणाच्या उद्दिष्टांशी सरकारी खर्च आणि कर आकारणी यासारख्या वित्तीय उपायांचे सरेखन केल्याने समग्र आर्थिक स्थिरता राखण्यास मदत होते आणि किंमत स्थिरता प्राप्त करण्याच्या प्रयत्नांना बळकटी मिळते.

८) नियामक उपाय :

बाजारांचे नियमन करण्यासाठी आणि मक्तेदारी वर्तन किंवा किंमतीतील फेरफार रोखण्यासाठी धोरणे स्थिर किमतींमध्ये योगदान देतात. अविश्वास कायदे आणि स्पर्धा धोरणे योग्य बाजार पद्धती सुनिश्चित करतात, मक्तेदारी नियंत्रणामुळे होणारी अत्याधिक वृद्धी रोखतात.

९) पुरवठा–बाजूने सुधारणा :

उत्पादकता, नावीन्यता आणि उत्पादनातील कार्यक्षमता वाढवण्याच्या उद्देशाने केलेले उपक्रम दीर्घकाळात स्थिर किंमतींमध्ये योगदान देतात. पायाभूत सुविधा, शिक्षण आणि तंत्रज्ञानातील गुंतवणूक लक्षणीय महागाईच्या दबावाशिवाय मागणी पूर्ण करण्याची अर्थव्यवस्थेची क्षमता वाढवते.

१०) लवचिकता आणि अनुकूलता :

धोरण आराखड्यामध्ये लवचिकता राखणे विकसित आर्थिक परिस्थितीच्या प्रतिसादात समायोजन करण्यास चालना देते. धोरणांनी बदलत्या परिस्थितीशी जुळवून घेतले पाहिजे, गतिशील आर्थिक परिदृश्यांमध्ये किंमत पातळी स्थिरता प्राप्त करण्यासाठी लवचिकता आणि परिणामकारकता सुनिश्चित केली पाहिजे.

३.३.४ प्रदान (उत्पादन) वृद्धी :

प्रदान (उत्पादन) वृद्धी म्हणजे देशाच्या वस्तू आणि सेवांच्या एकूण उत्पादनामध्ये विस्तार आणि वृद्धी होय, सामान्यतः ती सकल देशांतर्गत उत्पादना (GDP) द्वारे मोजली जाते. शाश्वत आणि मजबूत उत्पादन वृद्धी हे निरोगी आणि भरभराटीच्या अर्थव्यवस्थेचे मूलभूत सूचक आहे.

अ) अर्थ :

एकूण देशांतर्गत उत्पादना (GDP) द्वारे मोजली जाणारी प्रदान (उत्पादन) वृद्धी ही अर्थव्यवस्थेचा एकूण विस्तार दर्शवते. शाश्वत उत्पादन वृद्धी म्हणजे वस्तू आणि सेवांचे वाढलेले उत्पादन होय; ज्यामुळे उच्च उत्पन्न, कमी बेरोजगारी आणि सुधारित जीवनमान निर्माण होते. उत्पादन वृद्धीला चालना देणाऱ्या धोरणांमध्ये वित्तीय प्रोत्साहन, पायाभूत सुविधा गुंतवणुक आणि नवकल्पना व उत्पादकतेला प्रोत्साहन देण्यासाठी उपाय यांचा समावेश होतो. तथापि, जलद किंवा शाश्वत वृद्धीमुळे महागाईचा दबाव, मालमत्तेचा फुगवटा किंवा पर्यावरणीय ताण येऊ शकतात.

ब) उत्पादन वृद्धीचे प्रमुख पैलू :

उत्पादन वृद्धी दर्शविणारे मुख्य पैलू खालीलप्रमाणे आहेत :

१) आर्थिक विस्तार :

उत्पादन वृद्धी ही विस्तारित अर्थव्यवस्थेचे प्रतिनिधित्व करते, जी वस्तू आणि सेवांचे वाढलेले उत्पादन आणि वापर दर्शवते. या विस्तारामुळे व्यावसायिक क्रियाकलापांना चालना मिळते, नोकरीच्या संधी निर्माण होतात आणि एकूण आर्थिक सुबत्ता वाढवून उत्पन्न मिळते.

२) सकल देशांतर्गत उत्पादनात (जीडीपी) वृद्धी :

उत्पादन वृद्धी सामान्यतः GDP द्वारे मोजली जाते, जी देशाच्या सीमांमध्ये उत्पादित वस्तू आणि सेवांचे एकूण मूल्य दर्शवते. जीडीपीमध्ये सातत्यपूर्ण वृद्धी आर्थिक प्रगती आणि उच्च उत्पादकता पातळी दर्शवते.

३) रोजगाराच्या संधी :

वाढते उत्पादन अनेकदा वाढत्या रोजगाराशी संबंधित असते कारण वाढती मागणी पूर्ण करण्यासाठी व्यवसायांचा विस्तार होतो. विविध क्षेत्रांमध्ये अधिक नोकऱ्या निर्माण केल्या जातात, बेरोजगारीचा दर कमी होतो आणि उपजीविका सुधारते.

४) गुंतवणूक आणि नवोपक्रम :

उत्पादन वृद्धी संशोधन, तंत्रज्ञान आणि पायाभूत सुविधांमध्ये गुंतवणुकीला प्रोत्साहन देते. नवनवीन शोध आणि तांत्रिक प्रगती हे उत्पादन वृद्धीसाठी उत्प्रेरक आहेत, ज्यामुळे उत्पादन पातळी वाढते.

५) जीवनमान सुधारणे :

वाढत्या उत्पादनामुळे उपभोगासाठी वस्तू आणि सेवांची विस्तृत श्रेणी प्रदान करून जीवनमान सुधारण्यात योगदान प्राप्त होते. वाढीव उत्पादन उच्च उत्पन्न पातळीवर अनुवादित करते, ज्यामुळे व्यक्तींना अधिक वस्तू परवडतात आणि चांगल्या दर्जाच्या जीवनाचा आनंद घेता येतो.

६) व्यवसाय आत्मविश्वास आणि विस्तार :

वाढती अर्थव्यवस्था व्यावसायिक आत्मविश्वास वाढवते, कंपन्यांना कार्यपद्धती वाढवण्यास आणि भांडवली वस्तूंमध्ये गुंतवणूक करण्यास प्रोत्साहित करते. हा विस्तार पुढील आर्थिक वृद्धीस चालना देतो आणि वाढीव उत्पादनाचे चक्र कायम ठेवतो.

७) ग्राहकांचा आत्मविश्वास आणि खर्च :

वाढते उत्पादन बहुतेकदा ग्राहकांच्या वाढत्या आत्मविश्वास आणि खर्चाशी संबंधित असते. जसजशी अर्थव्यवस्था वाढत जाते, तसतसे ग्राहक अधिक खर्च करतात, ज्यामुळे वस्तू आणि सेवांची मागणी वाढते तसेच उत्पादन वृद्धीला चालना मिळते.

क) चलनविषयक धोरणाची रचना आणि उत्पादन वृद्धी :

उत्पादन वृद्धीला चालना देण्यासाठी विशेषतः तयार केलेल्या चलनविषयक धोरणाची रचना करताना अनेक महत्त्वाच्या पैलूंचा विचार करून सर्वसमावेशक धोरणाचा समावेश होतो :

१) व्याज दर व्यवस्थापन :

आर्थिक विकासाला चालना देण्यासाठी व्याजदरांचा वापर करणे महत्त्वाचे आहे. व्याजदर कमी केल्याने कर्ज घेणे आणि गुंतवणुकीला प्रोत्साहन मिळते तसेच आर्थिक क्रियाकलापांना चालना मिळते. भांडवलाची किंमत कमी करून, विस्ताराला प्रोत्साहन देऊन आणि उद्योजकतेला चालना देऊन व्यवसायांना आर्थिक धोरणाचा दर्जा दिला जातो.

२) तरलता वाढवणे :

वित्तीय बाजारपेठेमध्ये पुरेशी तरलता सुनिश्चित केल्याने कर्ज आणि खर्चाला चालना मिळते, जे उत्पादन वृद्धीला चालना देण्यासाठी आवश्यक आहे. मध्यवर्ती बँका सरकारी प्रतिभूती खरेदी करून परिमाणात्मक सुलभीकरण, अर्थव्यवस्थेत तरलता इंजेक्ट करणे यासारख्या उपायांचा वापर करू शकतात, ज्यामुळे व्यवसाय आणि ग्राहकांना कर्ज देण्यास प्रोत्साहन मिळते.

३) सहाय्यक पत उपलब्धता :

व्यवसाय आणि व्यक्तींसाठी कर्ज मिळवण्यासाठी प्रवेश सुलभ करणे महत्वाचे आहे. विशेषत: लहान आणि मध्यम आकाराच्या उद्योगांसाठी (SMEs) कर्ज देण्याच्या मर्यादा कमी करण्याच्या उद्देशाने धोरणे, गुंतवणूक, नावीन्य आणि रोजगार निर्मितीला प्रोत्साहन देतात तसेच एकूण उत्पादन वृद्धीला चालना देतात.

४) अग्रेषित मार्गदर्शन :

आर्थिक वृद्धीला पाठिंबा देण्याच्या त्यांच्या वचनबद्धतेबद्दल मध्यवर्ती बँकांकडून स्पष्ट संवाद निश्चितता प्रदान करतो आणि बाजाराच्या अपेक्षांचे मार्गदर्शन करतो. शाश्वत अनुकूल धोरणांबद्दल अग्रेषित मार्गदर्शन प्रदान केल्याने गुंतवणूकदार आणि ग्राहकांच्या वर्तनावर परिणाम होऊन उत्पादन वृद्धीवर सकारात्मक परिणाम होतो.

५) दीर्घकालीन गुंतवणूक प्रोत्साहन :

धोरणात्मक प्रोत्साहनांद्वारे पायाभूत सुविधा, तंत्रज्ञान आणि संशोधन व विकास (RD) मध्ये दीर्घकालीन गुंतवणुकीला प्रोत्साहन दिल्याने उत्पादकता आणि नावीन्यता वाढते. या क्षेत्रातील गुंतवणूक शाश्वत वृद्धीसाठी अर्थव्यवस्थेची क्षमता वाढवते.

६) राजकोषीय–चलनविषयक धोरण समन्वय :

राजकोषीय अधिकाऱ्यांशी समन्वय साधणे अत्यावश्यक असते. सरकारी खर्च आणि कर आकारणी यासारख्या वित्तीय उपायांद्वारे राजकोषीय धोरणांचे सरेखन, एक समन्वयात्मक प्रभाव निर्माण करते. समन्वित प्रयत्नांमुळे एकूण आर्थिक स्थिरतेला पाठिंबा देऊन उत्पादन वृद्धीवर धोरणांचा प्रभाव वाढतो.

७) नियामक समर्थन :

सहाय्यक नियामक पर्यावरण सुनिश्चित करणे व्यवसाय विस्तारास प्रोत्साहन देते. नोकरशाहीतील अडथळे कमी करणे, नियमांचे सुसूत्रीकरण करणे आणि स्पर्धात्मक व्यवसायाच्या परिदृश्याला प्रोत्साहन देणे या धोरणांमुळे उत्पादन वृद्धीसाठी अनुकूल पर्यावरण निर्माण होते.

८) लक्ष्यित सहाय्य :

उत्पादन, तंत्रज्ञान किंवा नवीकरणीय ऊर्जा क्षेत्र यासारख्या आर्थिक वृद्धीसाठी महत्त्वपूर्ण असलेल्या उद्योगांना लक्ष्यित सहाय्य प्रदान करणे यातून विस्तार आणि नवकल्पना उत्प्रेरित होऊ शकते. सबसिडी किंवा कर सवलतींसारखी सहाय्यक धोरणे या धोरणात्मक क्षेत्रांमध्ये वृद्धीस चालना देऊ शकतात.

९) अनुकूलता आणि लवचिकता :

बदलत्या आर्थिक परिस्थितीशी जुळवून घेणारी धोरणे आखणे महत्त्वाचे असते. लवचिकता वेळोवेळी समायोजनास चालना देते, हे सुनिश्चित करते की धोरण चौकट विकसित होत असलेल्या आर्थिक परिदृश्यांमध्ये शाश्वत उत्पादन वृद्धीला चालना देण्यासाठी संबंधित आणि प्रभावी राहते.

१०) देखरेख आणि मूल्यमापन :

आर्थिक निर्देशकांचे सतत निरीक्षण आणि संपूर्ण विश्लेषण धोरण समायोजनास मार्गदर्शन करते. कठोर मूल्यमापन उत्पादन वृद्धीवरील उपायांच्या प्रभावाचे मूल्यांकन करण्यास मदत करते, धोरणकर्त्यांना शाश्वत आर्थिक विस्तारास समर्थन देण्यासाठी अधिक परिणामकारकतेसाठी धोरणे परिष्कृत करण्यास सक्षम करते.

▶ ३.४ चलनविषयक धोरणाची परिणामकारकता :

चलनविषयक धोरणाची परिणामकारकता म्हणजे त्याची अपेक्षित उद्दिष्टे साध्य करण्याची क्षमता होय. प्रामुख्याने चलनवाढ, रोजगार आणि आर्थिक वृद्धी यासारख्या आर्थिक चलांवर प्रभाव टाकणे. चलनविषयक धोरणाच्या परिणामकारकतेवर अनेक घटक प्रभाव टाकतात :

१) प्रेषण यंत्रणा कार्यक्षमता :

चलनविषयक धोरणाची परिणामकारकता संपूर्ण अर्थव्यवस्थेमध्ये धोरण दरांमधील बदल किती कार्यक्षमतेने प्रसारित होतात यावर अवलंबून असते. एक मजबूत प्रेषण यंत्रणा हे सुनिश्चित करते की व्याजदरांमधील बदल हे कर्ज घेणे, खर्च करणे आणि गुंतवणुकीच्या निर्णयांवर तसेच कुटुंब, व्यवसाय आणि वित्तीय संस्थांवर परिणाम करतात. ही यंत्रणा बिघडलेली किंवा अकार्यक्षम असल्यास व्यापक अर्थव्यवस्थेवर धोरणात्मक बदलांचा प्रभाव कमी होऊ शकतो.

२) आर्थिक परिस्थिती आणि चक्रीय संवेदनशीलता :

आर्थिक परिस्थितीनुसार चलनविषयक धोरणाची परिणामकारकता बदलते. आर्थिक मंदीच्या काळात जेव्हा मागणी कमी असते, तेव्हा धोरणात्मक दर कपातीचा आर्थिक क्रियाकलापांना चालना देण्यावर अधिक स्पष्ट परिणाम होतो, कारण ते कर्ज घेण्यास आणि खर्च करण्यास प्रोत्साहन देतात. याउलट, आर्थिक विस्ताराच्या काळात आधीच मजबूत मागणीमुळे परिणाम कमी स्पष्ट होतात.

३) धोरण विश्वासार्हता आणि विश्वास :

मध्यवर्ती बँकेची विश्वासार्हता धोरणाच्या प्रभावीतेवर लक्षणीय परिणाम करते. धोरणात्मक निर्णयांचे सातत्यपूर्ण गतकालीन यशापयश असलेली विश्वासार्ह संस्था बाजाराच्या अपेक्षांवर चांगला प्रभाव टाकू शकते. विश्वासार्हता हे सुनिश्चित करते की धोरणात्मक कृती विश्वासार्ह समजल्या जातात, बाजाराच्या वर्तनाला आकार देतात आणि धोरणात्मक उपायांचा प्रभाव मजबूत करतात.

४) राजकोषीय–चलनविषयक धोरण समन्वय :

राजकोषीय–चलनविषयक धोरणांमधील सुसंगतता परिणामकारकता वाढवते. जेव्हा राजकोषीय उपाय चलनविषयक धोरणाच्या उद्दिष्टांशी जुळतात, जसे की सरकारी खर्च मध्यवर्ती बँकेच्या कृतींना पूरक असतो, तेव्हा एकत्रित परिणाम आर्थिक स्थिरता आणि धोरणात्मक उपायांचा प्रभाव मजबूत करतात.

५) कालावधी आणि अग्रेषित मार्गदर्शन :

धोरणात्मक कृतींचा कालावधी आणि भविष्यातील धोरणात्मक हेतूंबाबत स्पष्ट संवाद महत्त्वाचा आहे. उपायांची वेळेवर अंमलबजावणी आणि धोरण निर्देशांबद्दल पारदर्शक संवाद हे बाजाराच्या अपेक्षांना आकार देण्यास, वर्तनाचे मार्गदर्शन करण्यास आणि धोरणात्मक कृती अधिक प्रभावी बनविण्यास मदत करते.

६) जागतिक आर्थिक घटक :

देशांतर्गत चलनविषयक धोरणाची परिणामकारकता जागतिक आर्थिक परिस्थितीवर प्रभाव टाकते. जागतिक व्याजदर, विनिमय दर आणि भू–राजकीय घटनांमधील बदल देशांतर्गत धोरण परिणामांना प्रभावित करू शकतात, राष्ट्रीय स्तरावर अंमलात आणलेल्या उपायांच्या परिणामकारकतेवर परिणाम करतात.

७) महागाई अपेक्षा व्यवस्थापन :

मध्यवर्ती बँका चलनवाढीच्या अपेक्षांचे व्यवस्थापन करण्याचे उद्दिष्ट ठेवतात. मध्यवर्ती बँक चलनवाढीवर नियंत्रण ठेवण्यासाठी वचनबद्ध आहे हे जनतेच्या लक्षात आल्यास, ते चलनवाढीच्या अपेक्षांवर परिणाम करण्यास, ग्राहक आणि व्यावसायिक वर्तनावर प्रभाव टाकण्यास आणि धोरणात्मक उपाय अधिक प्रभावी बनविण्यात मदत करू शकते.

८) अर्थव्यवस्थेची व्याजदर संवेदनशीलता :

व्याजदरातील बदलांसाठी कर्ज घेण्याची आणि खर्च करण्याची संवेदनशीलता हा एक महत्त्वाचा घटक आहे. ज्या अर्थव्यवस्थांमध्ये कर्ज घेणे आणि गुंतवणुकीचे निर्णय अत्यंत व्याजदर–संवेदनशील असतात, तेथे किरकोळ दर समायोजनाचा आर्थिक क्रियाकलापांवर लक्षणीय परिणाम होऊ शकतो, ज्यामुळे चलनविषयक धोरणाची प्रभावीता वाढते.

९) वित्तीय बाजाराची गतिशीलता :

वित्तीय बाजाराच्या कामकाजाचा चलनविषयक धोरणाच्या परिणामकारकतेवर प्रभाव पडतो. निरोगी आणि स्थिर वित्तीय बाजार धोरणातील बदलांचे प्रसारण सुलभ करतात, तर बाजारातील अस्थिरता किंवा व्यत्यय चलनविषयक उपायांच्या प्रभावात अडथळा आणू शकतात.

१०) संरचनात्मक घटक आणि वश्विक आर्थिक दुवा :

अर्थव्यवस्थेचे संरचनात्मक घटक जसे की श्रम बाजाराची लवचिकता, उत्पादकता आणि उद्योगाची रचना इ. घटक चलनविषयक धोरण वास्तविक अर्थव्यवस्थेवर कसा प्रभाव पाडते यावर परिणाम करतात. या संरचनात्मक घटकांवर आधारित धोरणाची परिणामकारकता बदलू शकते.

११) दीर्घकालीन अपेक्षा व्यवस्थापन :

वृद्धी आणि स्थैर्याबाबत दीर्घकालीन अपेक्षांना आकार देण्यासाठी चलनविषयक धोरणाची क्षमता आवश्यक आहे. दीर्घकालीन आर्थिक उद्दिष्टांशी सुसंगतपणे जुळणारे धोरणात्मक उपाय आत्मविश्वास टिकवून ठेवण्यासाठी आणि चलनविषयक धोरणाची परिणामकारकता वाढविण्यास योगदान देतात.

१२) धोरण लवचिकता आणि अनुकूलता :

धोरणाच्या रचनेत लवचिकता आणि बदलत्या आर्थिक परिस्थितीशी जुळवून घेण्याची क्षमता महत्त्वाची आहे. विकसित होत असलेल्या आर्थिक आव्हानांना सामोरे जाण्यासाठी समायोजित करता येणारी धोरणे हे सुनिश्चित करतात की चलनविषयक धोरण अपेक्षित परिणाम साध्य करण्यासाठी संबंधित आणि प्रभावी राहते.

बहुविकल्पी प्रश्न

१) --------- ला प्रोत्साहन देण्यासाठी व्याजदर कमी करून आर्थिक क्रियाकलापांना चालना देणे हे एक अनुकूल चलनविषयक धोरण आहे.

अ) गुंतवणूक ब) बचत क) महागाई ड) काटेकोरपणा

२) स्थिरीकरण चलनविषयक धोरण महागाई नियंत्रित करण्यावर आणि एकूण --------- वातावरण स्थिर करण्यावर लक्ष केंद्रित करते.

अ) गुंतवणूक ब) आर्थिक क) महागाई ड) बचत

३) चलनविषयक धोरणाच्या आराखड्यात, विनिमय दर स्थिरता आंतरराष्ट्रीय व्यापारासाठी --------- ची पूर्वकल्पना सुनिश्चित करण्याचा प्रयत्न करते.

अ) महागाई ब) चलन क) बचत ड) उत्पादन

४) किंमत पातळी स्थिरता हे चलनविषयक धोरणाचे उद्दिष्ट म्हणून, आर्थिक निश्चिततेला प्रोत्साहन देण्यासाठी --------- चढउतार नियंत्रित करण्याचे उद्दिष्ट आहे.

अ) उत्पादन ब) महागाई क) चलन ड) बचत

५) उत्पादन वृद्धी अनुषंगिक चलनविषयक धोरण आर्थिक विस्ताराला चालना देण्यावर आणि --------- ची उच्च पातळी गाठण्यावर लक्ष केंद्रित करते.

अ) बचत ब) महागाई क) चलन ड) उत्पादन

६) एका अनुकूल चलनविषयक धोरणामध्ये --------- कर्ज घेणे आणि खर्च करण्यासाठी पैशांचा पुरवठा वाढवणे समाविष्ट असते.

अ) प्रोत्साहित करणे ब) प्रतिबंधित करणे क) स्थिर करणे ड) काटेकोरपणा

७) स्थिरीकरण चलनविषयक धोरण महागाई व्यवस्थापित करण्यासाठी आणि अर्थव्यवस्थेत --------- रोखण्यासाठी व्याजदरांसारख्या साधनांचा वापर करते.

अ) प्रोत्साहन ब) काटेकोरपणा क) चढ-उतार ड) स्थिरीकरण

८) चलनविषयक धोरणातील विनिमय दर स्थिरतेचा उद्देश --------- व्यापारात गुंतलेल्या व्यवसायांसाठी अनिश्चितता कमी करणे आहे.

अ) घरगुती ब) आंतरराष्ट्रीय क) महागाई ड) स्थिरीकरण

९) --------- ची क्रयशक्ती टिकवून ठेवण्यासाठी किंमत पातळी स्थिरता महत्वाची आहे.

अ) चलन ब) महागाई क) बचत ड) उत्पादन

१०) उत्पादन वृद्धी अनुषंगिक चलनविषयक धोरणात --------- आणि गुंतवणुकीला चालना देण्यासाठी व्याजदर कमी करणे समाविष्ट असू शकते.

अ) महागाई ब) बचत क) चलन ड) उत्पादन

११) एक अनुकूल चलनविषयक धोरण अनेकदा आर्थिक मंदीच्या काळात --------- आर्थिक क्रियाकलापांमध्ये लागू केले जाते.

अ) प्रतिबंधित करणे ब) प्रोत्साहित करणे क) स्थिर करणे ड) काटेकोरपणा

१२) स्थिरीकरण चलनविषयक धोरणाचे उद्दिष्ट जास्त --------- टाळणे आहे ज्यामुळे आर्थिक असंतुलन निर्माण होऊ शकते.

अ) प्रोत्साहन ब) महागाई क) बचत ड) उत्पादन

१३) चलनविषयक धोरणाचे विनिमय दर स्थिरता उद्दिष्ट जागतिक बाजारपेठेतील स्पर्धात्मकतेला --------- समर्थन देते.

अ) घरगुती ब) आंतरराष्ट्रीय क) महागाई ड) स्थिरीकरण

१४) किंमत पातळी स्थिरता व्यवसाय आणि ग्राहकांसाठी अंदाजे --------- पर्यावरण तयार करण्यास योगदान देते.

अ) महागाई ब) आर्थिक क) बचत ड) काटेकोरपणा

१५) आउटपुट ग्रोथ–ओरिएंटेड मौद्रिक धोरण अर्थव्यवस्थेतील उत्पादक --------- च्या विस्तारास समर्थन देते.

अ) महागाई ब) चलन क) बचत ड) उत्पादन

१६) अनुकूल चलनविषयक धोरण साधनांमध्ये खुल्या बाजारातील कार्यपद्धती आणि --------- राखीव आवश्यकतांमध्ये समायोजन समाविष्ट असू शकतात.

अ) चलन ब) महागाई क) बचत ड) बँक

१७) स्थिरीकरण चलनविषयक धोरण --------- बद्दलच्या समस्येचे निराकरण करते आणि लक्ष्य श्रेणीमध्ये चलनवाढ ठेवण्याचे उद्दिष्ट ठेवते.

अ) प्रोत्साहन ब) चढ–उतार क) स्थिरीकरण ड) तपस्या

१८) विनिमय दर स्थिरता आंतरराष्ट्रीय व्यापारात गुंतलेल्या व्यवसायांसाठी --------- चा धोका कमी करण्यास मदत करते.

अ) चलन ब) महागाई क) बचत ड) उत्पादन

१९) ग्राहक --------- आणि अर्थव्यवस्थेवर विश्वास वाढवण्यासाठी किंमत पातळी स्थिरता आवश्यक आहे.

अ) महागाई ब) आर्थिक क) बचत ड) काटेकोरपणा

२०) उत्पादन वृद्धी आधारित चलनविषयक धोरण --------- आणि शाश्वत आर्थिक विकासाला चालना देण्यासाठी सरेखित आहे.

अ) महागाई **ब)** चलन **क)** बचत **ड)** उत्पादन

२१) व्यवसाय आणि व्यक्तींसाठी --------- अधिक परवडण्याजोगे बनवण्यासाठी अनुकूल चलनविषयक धोरणामध्ये व्याजदर कमी करणे समाविष्ट असते.

अ) महागाई **ब)** बचत **क)** चलन **ड)** कर्ज घेणे

२२) स्थिरीकरण चलनविषयक धोरण हे आत्यंतिक चढ-उतार टाळण्याशी संबंधित आहे ज्यामुळे --------- किंवा मंदी येऊ शकते.

अ) प्रोत्साहन **ब)** महागाई **क)** बचत **ड)** उत्पादन

२३) विनिमय दर स्थिरता --------- ची जोखीम कमी करण्यास मदत करते आणि आंतरराष्ट्रीय व्यवहारांचे अंदाज वाढवते.

अ) चलन **ब)** महागाई **क)** बचत **ड)** स्थिरीकरण

२४) किंमत पातळी स्थिरता ही स्थिर आर्थिक पर्यावरणास योगदान देते, दीर्घकालीन --------- आणि गुंतवणूक वाढवते.

अ) महागाई **ब)** आर्थिक **क)** बचत **ड)** काटेकोरपणा

२५) उत्पादन वृद्धी आधारित चलनविषयक धोरणाचा उद्देश आर्थिक विस्तार आणि --------- स्थिरता यांच्यातील समतोल साधणे आहे.

अ) महागाई **ब)** चलन **क)** बचत **ड)** उत्पादन

उत्तरे : १) अ, २) क, ३) ब, ४) ब, ५) ड, ६) अ, ७) क, ८) ब, ९) अ, १०) ड, ११) ब, १२) क, १३) ब, १४) ब, १५) ड, १६) ड, १७) ब, १८) अ, १९) ब, २०) ड, २१) ड, २२) अ, २३) अ, २४) ब, २५) ड.

सरावासाठी प्रश्न

प्र. १. पुढील प्रश्नांची सविस्तर उत्तरे द्या.

१) विकसनशील देशांमधील चलनविषयक धोरण आणि आर्थिक वृद्धी याविषयी माहिती लिहा.

२) अनुकूल चलनविषयक धोरण म्हणजे काय? अनुकूल चलनविषयक धोरणाची वैशिष्ट्ये स्पष्ट करा.

३) स्थिरीकरण चलनविषयक धोरण म्हणजे काय? स्थिरीकरण चलनविषयक धोरणाची वैशिष्ट्ये स्पष्ट करा.

४) अनुकूल चलनविषयक धोरण आणि स्थिरीकरण चलनविषयक धोरण यातील फरक स्पष्ट करा.

५) चलनविषयक धोरणाच्या निर्मितीची प्रक्रिया स्पष्ट करा.

६) विनिमय दर स्थिरतेचा अर्थ आणि घटक स्पष्ट करा.

७) चलनविषयक धोरण निर्मिती आणि विनिमय दर स्थिरता यांच्यातील संबंध विशद करा.

८) किंमत पातळी स्थिरता काय आहे? किंमत पातळी स्थिरता प्राप्त करण्यासाठी धोरणे लिहा.

९) चलनविषयक धोरणाची रचना आणि किंमत पातळी स्थिरता यांच्यातील संबंधांची माहिती लिहा.

१०) उत्पादन वृद्धीचा अर्थ आणि मुख्य पैलू स्पष्ट करा.

११) चलनविषयक धोरणाची रचना आणि उत्पादन वृद्धी यांच्यातील संबंधांची माहिती सांगा.

१२) चलनविषयक धोरणाची परिणामकारकता स्पष्ट करा.

प्र. २. खालील विषयांवर टिपा लिहा.

१) अनुकूल चलनविषयक धोरण.

२) स्थिरीकरण चलनविषयक धोरण.

३) चलनविषयक धोरणाची निर्मिती.

४) विनिमय दर स्थिरता.

५) किंमत पातळी स्थिरता.

६) उत्पादन वृद्धी.

प्रकरण ४

भारतातील चलनविषयक धोरण

प्रस्तावना :

भारतातील चलनविषयक धोरण भारतीय रिझर्व्ह बँकेद्वारे (RBI) व्यवस्थापित केले जाते, ज्याचे उद्दिष्ट किंमत स्थिरता राखणे, आर्थिक विकासाला चालना देणे आणि रोजगारास समर्थन देणे आहे. भारतीय रिझर्व्ह बँक बँकिंग व्यवस्थेतील तरलतेचे नियमन करण्यासाठी रेपो दर, रिव्हर्स रेपो दर आणि खुल्या बाजारातील कार्यपद्धती यासारख्या साधनांद्वारे चलनविषयक धोरणे तयार करते आणि त्याची अंमलबजावणी करते. हे महागाई-लक्ष्यीकरण चौकटी अंतर्गत कार्य करते. व्यापक आर्थिक पर्यावरणाचा विचार करताना चलनवाढ एका विशिष्ट मर्यादेत ठेवण्याचे उद्दिष्ट ठेवते. महागाई नियंत्रणाबरोबरच, भारतीय रिझर्व्ह बँक उत्पादक क्षेत्रांना पुरेसा पतपुरवठा सुनिश्चित करणे, वित्तीय स्थिरता राखणे आणि देशाच्या एकूण आर्थिक उद्दिष्टांच्या अनुषंगाने शाश्वत आर्थिक विकासाला चालना देण्यावर लक्ष केंद्रित करते.

४.१ चलनविषयक धोरणाचे प्रकार :

आर्थिक परिस्थितीवर प्रभाव टाकण्यासाठी चलनविषयक धोरणामध्ये अनेक प्रकारांचा समावेश होतो. प्राथमिक श्रेणींमध्ये विस्तारक, आकुंचनात्मक आणि तटस्थ धोरणांचा समावेश होतो. विस्तारक धोरणांचा उद्देश पैशाचा पुरवठा वाढवून, व्याजदर कमी करून आणि कर्ज घेणे व खर्च करण्यास प्रोत्साहन देऊन आर्थिक विकासाला चालना देणे आहे. याउलट, संकुचित धोरणे मंद गतीने वृद्धी आणि चलनवाढ नियंत्रित करण्यावर लक्ष केंद्रित करतात आणि चलन पुरवठा कमी करतात, व्याजदर वाढवतात आणि कर्ज घेण्यास मर्यादित करतात. तटस्थ धोरणांचे उद्दिष्ट स्थिरता, सक्रिय उत्तेजन किंवा मंदी टाळणे, स्थिर किमतींसाठी प्रयत्न करणे आणि व्याजदर किंवा पैशाच्या पुरवठ्यामध्ये आक्रमक बदल न करता मध्यम चलनवाढ करणे हे असते. किंमत स्थिरता, वृद्धी किंवा महागाई नियंत्रण यासारखी विशिष्ट उद्दिष्टे साध्य करण्यासाठी प्रत्येक धोरण प्रकार आर्थिक परिस्थितीवर आधारित आहे.

४.१.१ विस्तारात्मक चलनविषयक धोरण :

पैशाचा पुरवठा वाढवून, व्याजदर कमी करून आणि राखीव गरजा कमी करून आर्थिक विकासाला चालना देण्याचे या धोरणाचे उद्दिष्ट असते. हे कर्ज घेणे आणि खर्च करण्यास प्रोत्साहन देते ज्यामुळे गुंतवणूक, उपभोग आणि रोजगार

वाढतो. आर्थिक मंदीचा सामना करणे, कर्ज देण्यास प्रोत्साहन देणे आणि आर्थिक क्रियाकलापांना चालना देणे हे या धोरणाचे उद्दिष्ट असते.

अ) अर्थ :

विस्तारात्मक चलनविषयक धोरण म्हणजे आर्थिक वृद्धीस चालना देण्यासाठी आणि अर्थव्यवस्थेतील एकूण मागणीला चालना देण्यासाठी मध्यवर्ती बँकेद्वारे नियुक्त केलेल्या धोरणाचा संदर्भ. यामध्ये पैशाचा पुरवठा वाढवणे, व्याजदर कमी करणे आणि कर्ज घेणे व खर्च करण्यास प्रोत्साहन देण्यासाठी उपाययोजना लागू करणे यांचा समावेश आहे. पतपुरवठा अधिक सुलभ आणि स्वस्त बनवून आर्थिक क्रियाकलापांना चालना देणे हे प्राथमिक उद्दिष्ट असते, ज्यामुळे व्यवसाय आणि व्यक्तींना गुंतवणूक आणि उपभोगाच्या हेतूंसाठी कर्ज घेण्यास प्रोत्साहित केले जाते. कर्ज घेण्याची किंमत कमी करून या धोरणाचा उद्देश गुंतवणुकीला चालना देणे, ग्राहक खर्च वाढवणे, रोजगाराला चालना देणे आणि आर्थिक मंदीचा सामना करणे हे आहे. एकंदरीत, विस्तारात्मक चलनविषयक धोरण आर्थिक विस्ताराला चालना देण्याचा आणि शाश्वत वृद्धीस पाठिंबा देण्यासाठी एकूण मागणी वाढवण्याचा प्रयत्न करते.

ब) व्याख्या :

विविध अर्थतज्ञांनी स्पष्ट केलेल्या विस्तारात्मक चलनविषयक धोरणाच्या व्याख्या खालीलप्रमाणे आहेत :

१) मिल्टन फ्रीडमन :

''विस्तारित चलनविषयक धोरणामध्ये अर्थव्यवस्थेतील पैसा आणि पत यांचे प्रमाण वाढवणे समाविष्ट आहे, विशेषत: व्याजदर कमी करणे किंवा सरकारी रोखे खरेदी करणे, आर्थिक क्रियाकलाप आणि एकूण मागणीला चालना देण्याच्या उद्देशाने हे केले जाते.''

२) बेन बर्नान्के :

''विस्तारित चलनविषयक धोरण म्हणजे आर्थिक विकासाला चालना देण्याच्या आणि बेरोजगारी कमी करण्याच्या उद्देशाने कर्ज, खर्च आणि गुंतवणुकीला प्रोत्साहन देण्यासाठी पैशांचा पुरवठा वाढवण्यासाठी किंवा व्याजदर कमी करण्यासाठी मध्यवर्ती बँकेने केलेल्या कृतींचा संदर्भ आहे.''

३) जॉन मेनार्ड केन्स :

''विस्तारित चलनविषयक धोरण अर्थव्यवस्थेतील पैशाचा पुरवठा आणि पत विस्तारण्यासाठी चलनविषयक अधिकाऱ्यांनी जाणूनबुजून केलेल्या प्रयत्नांना सूचित करते, ज्याचा उद्देश आर्थिक मंदी कमी करण्यासाठी गुंतवणूक आणि वापर वाढवणे आणि एकूण मागणीला प्रोत्साहन देणे आहे.''

क) विस्तारात्मक चलनविषयक धोरणाची वैशिष्ट्ये :

विस्तारात्मक चलनविषयक धोरणाची वैशिष्ट्ये खालीलप्रमाणे आहेत :

१) व्याजदर कपात :

विस्तारित चलनविषयक धोरणाच्या प्रमुख वैशिष्ट्यांपैकी एक म्हणजे जाणूनबुजून व्याजदरात कपात करणे. मध्यवर्ती बँकेचे बेंचमार्क दर, जसे की फेडरल फंड रेट किंवा रेपो रेट कमी केल्याने व्यवसाय आणि व्यक्तींसाठी कर्जे अधिक परवडणारी बनवून कर्ज घेण्यास प्रोत्साहन मिळते. या कपातीचा उद्देश खर्च आणि गुंतवणुकीला व आर्थिक क्रियाकलापांना चालना देणे आहे. कर्ज घेण्याच्या खर्चात घट झाल्यामुळे व्यवसायांना विस्तारासाठी किंवा भांडवली गुंतवणुकीसाठी कर्ज घेण्यास प्रोत्साहित केले जाते. त्याचप्रमाणे, ग्राहकांना घरे किंवा कारसारख्या महत्त्वाच्या खरेदीसाठी कर्ज घेण्यास भुरळ पडते, कारण घटलेल्या व्याजदरामुळे मासिक पेमेंट अधिक व्यवस्थापित करता येते.

२) वाढीव पैशाचा पुरवठा :

विस्तारात्मक धोरण अर्थव्यवस्थेत पैशाचा पुरवठा वाढविण्यावर लक्ष केंद्रित करते. मध्यवर्ती बँका खुल्या बाजारातील कार्यपद्धती किंवा परिमाणात्मक सुलभीकरण यासारख्या यंत्रणेद्वारे हे साध्य करतात. वित्तीय प्रणालीमध्ये तरलता इंजेक्ट करून, बँकांकडे कर्ज देण्यासाठी अधिक निधी उपलब्ध होतो. अधिक उपलब्ध पत्तामुळे, व्यवसाय आणि ग्राहकांना कर्जाचा प्रवेश वाढला आहे, ज्यामुळे जास्त खर्च आणि गुंतवणूक होते. या अतिरिक्त तरलतेचे उद्दिष्ट बँकांना अधिक उदारतेने कर्ज देण्यास प्रोत्साहित करणे, पत निर्मितीला चालना देणे आणि आर्थिक वृद्धीस चालना देणे हे आहे.

३) पत उपलब्धता :

एक महत्त्वाची बाब म्हणजे पत उपलब्धता वाढवणे. या वैशिष्ट्यामध्ये अनेकदा बँकांसाठी राखीव आवश्यकता कमी करणे, त्यांना अधिक उदारतेने कर्ज देण्याची परवानगी देणे समाविष्ट असते. कमी राखीव आवश्यकता म्हणजे बँकांना रिझर्व्हमध्ये कमी पैसे ठेवणे आवश्यक आहे, ज्यामुळे त्यांना घरे आणि व्यवसायांना अधिक निधी कर्ज देण्याची परवानगी मिळते. हे पाऊल कर्ज घेणे आणि खर्च करण्यास प्रोत्साहन देते, शेवटी आर्थिक क्रियाकलापांना उत्तेजन देते.

४) गुंतवणुकीसाठी समर्थन :

कमी व्याजदरांद्वारे कर्ज घेणे अधिक आकर्षक बनवून गुंतवणुकीला चालना देणे हे विस्तारात्मक धोरणाचे उद्दिष्ट आहे. कमी कर्ज घेण्याच्या खर्चामुळे व्यवसायांना भांडवली प्रकल्प हाती घेण्यासाठी, कार्यपद्धतीचा विस्तार करण्यासाठी आणि नवनिर्मितीसाठी प्रोत्साहन मिळते. यामुळे उत्पादकता, तांत्रिक प्रगती आणि आर्थिक वृद्धी होते. पायाभूत सुविधा, तंत्रज्ञान आणि संशोधन व विकास (R&D) मधील गुंतवणुकीला प्रोत्साहन दिले जाते, ज्यामुळे दीर्घकालीन आर्थिक विकासाला हातभार लागतो.

५) ग्राहकांच्या खर्चाला चालना :

कमी व्याजदरामुळे ग्राहकांना घरे किंवा टिकाऊ वस्तू यासारख्या अधिक महत्त्वाच्या खरेदीसाठी प्रवृत्त केले जाते. कर्ज घेण्याचा खर्च कमी केल्याने हप्ते भरणे अधिक परवडणारे बनते, ज्यामुळे ग्राहकांना मोठ्या खर्चासाठी कर्ज घेण्यास प्रोत्साहन मिळते. या वैशिष्ट्याचा उद्देश ग्राहकांच्या खर्चाला चालना देणे हा आहे, जो आर्थिक वृद्धीचा एक महत्त्वाचा घटक आहे. वाढीव ग्राहक खर्च वस्तू आणि सेवांच्या वाढत्या मागणीला हातभार लावतो आणि आर्थिक क्रियाकलापांना आणखी चालना देतो.

६) रोजगार प्रोत्साहन :

विस्तारित चलनविषयक धोरण आर्थिक वृद्धीस चालना देऊन बेरोजगारी कमी करण्याचा प्रयत्न करते. उच्च खर्च आणि गुंतवणुकीमुळे वाढलेल्या आर्थिक क्रियाकलाप विविध क्षेत्रांमध्ये अधिक रोजगाराच्या संधी निर्माण करतात. वाढत्या मागणीमुळे आणि कर्ज घेण्याच्या अनुकूल परिस्थितीमुळे उत्साही असलेले व्यवसाय, वाढत्या उत्पादन गरजा पूर्ण करण्यासाठी अनेकदा त्यांचे कर्मचारी वर्ग वाढवतात, ज्यामुळे बेरोजगारी दर कमी होण्यास हातभार लागतो.

७) महागाईचा दबाव :

विस्तार धोरणाशी संबंधित एक संभाव्य धोका म्हणजे चलनवाढीची क्षमता. पैशाचा पुरवठा आणि उत्तेजक मागणी वाढवून, धोरणामुळे काहीवेळा उच्च किमती येऊ शकतात, विशेषत: पूर्ण क्षमतेच्या जवळ कार्यरत असलेल्या अर्थव्यवस्थेमध्ये असे घडते. मागणी पुरवठ्यापेक्षा जास्त असल्याने व्यवसाय किमती वाढवू शकतात, ज्यामुळे महागाईचा दबाव वाढू शकतो.

८) मंदीच्या काळात समर्थन :

आर्थिक मंदीच्या काळात विस्तारित चलनविषयक धोरण अनेकदा लागू केले जाते. मागणी आणि गुंतवणुकीला चालना देऊन, कमी वाढीच्या कालावधीचा प्रतिकार करणे हे त्याचे उद्दिष्ट असते. अर्थव्यवस्थेला मंदीतून बाहेर काढण्यासाठी आर्थिक क्रियाकलाप पुनरुज्जीवित करण्यासाठी, आत्मविश्वास वाढवण्यासाठी आणि खर्च व गुंतवणुकीला प्रोत्साहन देण्यासाठी धोरण प्रयत्न करते.

९) चलनाचे अवमूल्यन :

कमी व्याजदरामुळे देशांतर्गत चलन कमकुवत होऊ शकते, कारण गुंतवणूकदार इतरत्र जास्त परतावा शोधतात. हे परदेशी खरेदीदारांसाठी देशांतर्गत वस्तू स्वस्त करून निर्यातीला समर्थन देऊ शकते, परंतु यामुळे आयात आणि आंतरराष्ट्रीय व्यापार असंतुलनाशी संबंधित आव्हाने देखील निर्माण होतात. घसरलेल्या चलनामुळे आयातीचा खर्च वाढू शकतो, त्याचा परिणाम घरगुती ग्राहक आणि व्यवसायांवर होऊ शकतो.

१०) मध्यवर्ती बँक लवचिकता :

हे वैशिष्ट्य मध्यवर्ती बँकेची बदलत्या आर्थिक परिस्थितीसाठी अनुकूलता आणि प्रतिसाद अधोरेखित करते. विस्तारक धोरण एक सक्रिय भूमिका दर्शवते, जे आवश्यकतेनुसार धोरणे समायोजित करण्यासाठी मध्यवर्ती बँकेची तयारी दर्शवते. आर्थिक आव्हानांना त्वरित प्रतिसाद देण्याची क्षमता किंवा निर्देशकांमध्ये बदल करण्याची क्षमता महत्त्वपूर्ण असते, ज्यामुळे आर्थिक स्थिरता आणि वृद्धीस समर्थन देण्यासाठी वेळेवर समायोजन करण्यास परवानगी मिळते.

४.१.२ आकुंचनात्मक चलनविषयक धोरण :

विस्तारक धोरणाच्या विपरीत, या दृष्टिकोनाचा उद्देश आर्थिक वृद्धी कमी करणे आणि महागाई नियंत्रित करणे हा आहे. यामध्ये पैशाचा पुरवठा कमी करणे, व्याजदर वाढवणे आणि राखीव गरजा वाढवणे यांचा समावेश होतो. कर्ज घेणे आणि खर्च करणे यावर अंकुश ठेवून, ते महागाईचा दबाव कमी करण्याचा प्रयत्न करते, जास्त कर्ज घेण्यास प्रतिबंध करते आणि गतिमान अर्थव्यवस्थेस शांत करते.

अ) अर्थ :

आकुंचनात्मक चलनविषयक धोरण म्हणजे पैशांचा पुरवठा कमी करण्यासाठी, व्याजदर वाढवण्यासाठी आणि अर्थव्यवस्थेमध्ये कर्ज घेणे आणि खर्च करणे प्रतिबंधित करण्यासाठी मध्यवर्ती बँकेद्वारे नियोजित केलेल्या उपायांचा संच होय. चलनवाढ नियंत्रित करणे, अत्याधिक आर्थिक वृद्धी मध्यम करणे आणि पत उपलब्धता घट्ट करून किमती स्थिर ठेवणे हे प्राथमिक या धोरणाचे उद्दिष्ट असते. उच्च व्याजदर लागू करून, बँकांना कर्ज देण्यापासून परावृत्त केले जाते, ज्यामुळे व्यवसाय आणि ग्राहकांकडून कर्ज घेणे कमी होते. याव्यतिरिक्त, सरकारी प्रतिभूती विकणे किंवा बँकांसाठी राखीव आवश्यकता वाढवणे यामुळे पैशाचा पुरवठा कमी होतो आणि वित्तीय प्रणालीमध्ये तरलता मर्यादित होते.

ब) व्याख्या :

विविध अर्थशास्त्रज्ञांनी दिलेल्या आकुंचनात्मक चलनविषयक धोरणाच्या व्याख्या खालीलप्रमाणे आहेत :

१) मिल्टन फ्रीडमन :

''आकुंचनात्मक चलनविषयक धोरणामध्ये चलन पुरवठा कमी करण्यासाठी आणि व्याजदर वाढवण्यासाठी मध्यवर्ती बँकेने अवलंबलेल्या उपायांचा समावेश होतो, ज्याचे उद्दिष्ट कर्ज घेणे आणि खर्च कमी करणे तसेच चलनवाढीचा दबाव रोखण्यासाठी आर्थिक वृद्धी कमी करणे हे असते.''

२) बेन बर्नान्के :

''आकुंचनात्मक चलनविषयक धोरणाचा म्हणजे मध्यवर्ती बँकेने पत अटी कडक करण्यासाठी, व्याजदर वाढवण्यासाठी आणि अर्थव्यवस्थेतील पैशाची उपलब्धता कमी करण्यासाठी जाणीवपूर्वक केलेल्या कृतींचा संदर्भ आहे, ज्याचा मुख्य उद्देश जास्त आर्थिक विस्तार शांत करणे आणि महागाई नियंत्रित करणे आहे.''

३) जॉन मेनार्ड केन्स :

''आकुंचनात्मक चलनविषयक धोरण हे चलन पुरवठा कमी करण्यासाठी आणि व्याजदर वाढवण्यासाठी चलनविषयक अधिकाऱ्यांकडून जाणीवपूर्वक केलेले प्रयत्न दर्शविते, ज्याचा उद्देश चलनवाढीचा प्रवाह रोखण्यासाठी अर्थव्यवस्थेत मागणी आणि खर्च रोखणे आहे.''

क) आकुंचनात्मक चलनविषयक धोरणाची वैशिष्ट्ये :

आकुंचनात्मक चलनविषयक धोरणाची वैशिष्ट्ये खालीलप्रमाणे आहेत :

१) व्याजदरात वाढ :

एक प्रमुख वैशिष्ट्य म्हणजे मध्यवर्ती बँकेने ठरवलेले बेंचमार्क व्याजदर वाढवणे. व्याजदर वाढवल्याने व्यवसाय आणि व्यक्तींसाठी कर्ज घेणे अधिक महाग होते. उच्च दर कर्ज घेण्यास आणि खर्चास परावृत्त करतात, कारण कर्जाची किंमत कमी आकर्षक बनते. एकूण मागणी कमी करणे, आर्थिक वृद्धी मंद करणे आणि खर्च व गुंतवणुकीवर अंकुश ठेवून महागाईचा दबाव कमी करणे हे या वाढीचे उद्दिष्ट आहे.

२) पैशांचा पुरवठा कमी करणे :

आकुंचन धोरणाचा उद्देश अर्थव्यवस्थेतील पैशाचा पुरवठा कमी करणे आहे. सरकारी प्रतिभूती विकणे किंवा बँकांसाठी राखीव गरजा वाढवणे यासारख्या उपायांद्वारे मध्यवर्ती बँका हे साध्य करतात. उपलब्ध पतपुरवठा कमी केल्याने, बँकांकडे कर्ज देण्यासाठी कमी पैसे असतात त्यामुळे कर्ज घेणे आणि खर्च करणे मर्यादित बनते. या वैशिष्ट्याचा उद्देश तरलता मर्यादित करणे आहे परिणामी खर्च आणि गुंतवणूक कमी होते, ज्यामुळे महागाईचा कल कमी होतो.

३) पत अटी कडक करणे :

या धोरणामध्ये पत अटी कडक करणे समाविष्ट आहे, ज्यामुळे व्यवसाय आणि व्यक्तींना कर्ज मिळवणे अधिक कठीण होते. उच्च राखीव आवश्यकता किंवा कमी तरलतेमुळे मर्यादित असलेल्या बँका कर्ज उपलब्धता मर्यादित करून, कर्ज देण्याचे कठोर निकष स्वीकारू शकतात. हे कर्ज घेणे आणि खर्च करणे प्रतिबंधित करते, गुंतवणूक आणि उपभोग प्रभावित करते व शेवटी आर्थिक वृद्धी नियंत्रित करते.

४) गुंतवणुकीवर होणारा परिणाम :

आकुंचनात्मक उपाय कर्ज घेणे महाग करून गुंतवणूक रोखू शकतात. उच्च व्याजदरामुळे व्यवसायांसाठी भांडवलाची किंमत वाढते, नवीन प्रकल्प हाती घेण्याच्या किंवा कार्यपद्धतीचा विस्तार करण्याच्या त्यांच्या इच्छेवर परिणाम होतो. या गुंतवणुकीत घट झाल्यामुळे भांडवल निर्मिती आणि नवकल्पना मंदावते, दीर्घकालीन वाढीच्या शक्यतांवर परिणाम होतो.

५) ग्राहक खर्च प्रतिबंध :

वाढलेल्या कर्जाच्या खर्चामुळे ग्राहकांना महत्त्वाची खरेदी करण्यापासून किंवा घरे, कार किंवा इतर टिकाऊ वस्तूंसाठी कर्ज घेण्यापासून परावृत्त केले जाते. कर्ज घेण्याच्या उच्च खर्चामुळे खर्च करण्याजोगे उत्पन्न कमी होते, ज्यामुळे ग्राहकांना त्यांचे बजेट घट्ट करण्यास आणि मोठे खर्च पुढे ढकलण्यास प्रवृत्त करते, ज्यामुळे एकूण ग्राहक खर्चावर अंकुश निर्माण होतो.

६) रोजगारावर परिणाम :

आकुंचन धोरण अल्पावधीत उच्च बेरोजगारीमध्ये योगदान देते. कमी झालेल्या आर्थिक क्रियाकलाप आणि कमी झालेली गुंतवणूक बऱ्याचदा नोकऱ्या गमावतात किंवा रोजगार निर्मिती कमी होते. उच्च कर्ज घेण्याच्या खर्चामुळे आणि कमी झालेल्या मागणीमुळे मर्यादित असलेले व्यवसाय नोकरभरतीत कपात करू शकतात, संभाव्यत: बेरोजगारीच्या दरात वाढ होते.

७) किंमत स्थिरतेवर भर :

आकुंचन धोरणाचे मुख्य उद्दिष्ट हे महागाईच्या दबावाला आवर घालून किंमत स्थिरता राखणे आहे. एकूण मागणी कमी करून, मागणी पुरवठ्यापेक्षा जास्त होणार नाही याची खात्री करून, किमती स्थिर ठेवण्यास आणि महागाई नियंत्रित करण्यास मदत करून अत्याधिक किमतीत वाढ रोखण्याचे धोरणाचे उद्दिष्ट आहे.

८) आर्थिक मंदीचे व्यवस्थापन :

अतिउत्साही अर्थव्यवस्था किंवा अत्याधिक वाढीचा कालावधी व्यवस्थापित करण्यासाठी आकुंचनात्मक उपायांचा वापर केला जातो. आर्थिक विस्ताराचा वेग कमी करून धोरणाचे उद्दिष्ट फुगवटा किंवा सट्टा वर्तन रोखणे, अधिक शाश्वत वृद्धीचा मार्ग सुनिश्चित करणे आणि आर्थिक असमतोलांपासून संरक्षण करणे हे आहे.

९) आंतरराष्ट्रीय व्यापारावर परिणाम :

उच्च व्याजदरामुळे देशांतर्गत चलन मजबूत होऊ शकते कारण गुंतवणूकदार जास्त परतावा शोधतात. यामुळे परदेशी खरेदीदारांसाठी निर्यात अधिक महाग होते आणि देशांतर्गत ग्राहकांसाठी आयात स्वस्त होते, ज्यामुळे व्यापार संतुलनावर परिणाम होतो आणि संभाव्यतः व्यापार तूट निर्माण होते.

१०) मध्यवर्ती बँक लवचिकता :

हे धोरण आर्थिक परिस्थितीला प्रतिसाद देण्यासाठी मध्यवर्ती बँकेची अनुकूलता दर्शवते. आकुंचनात्मक उपाय आवश्यकतेनुसार अंमलात आणले जातात, वित्तीय स्थिरता राखण्यासाठी आणि महागाईचा दबाव टाळण्यासाठी धोरणे समायोजित करण्यासाठी मध्यवर्ती बँकेची तयारी दर्शवते.

▶ ४.२ आरबीआयच्या चलनविषयक धोरणाची साधने :

चलनविषयक साधने किंवा चलनविषयक वस्तू या चलनविषयक अधिकारांनी काही पूर्वनियोजित उद्दिष्टे साध्य करण्यासाठी वापरली जातात. या धोरणाची साधने नेहमीच चलाखीने वापरुन आधीच ठरविलेली किंमत शेवटी आणली जाते. सर्वसामान्यपणे, बँक काही मापने राखीव ठेवते (एकूण आरक्षित/राखीव निधी बिन कर्जाऊ राखीव निधी एकूण राखीव निधी आणि कर्जाऊ निधी यातील फरक), कमी कालावधीतील व्याजाचा दर, रात्रव्याजी आंतर बँकिय दर किंवा चलनविषयक निर्देशांक जे व्याचा दर आणि बदलाचा दर यांना एकत्रित करतात.

चलनविषयक धोरणाच्या साधनांचे प्रकार :

चलनविषयक धोरणाच्या साधनांचे दोन प्रकार पडतात.

१) संख्यात्मक साधने, सर्वसाधारण, अप्रत्यक्ष.

२) गुणात्मक साधने, चिकित्सक, प्रत्यक्ष.

एकूण मागणीवर होणारा परिणाम हा वित्त पुरवठयाने, पैशांच्या किंमतीने आणि उपलब्ध उधारीवर झालेला असतो. यासाधणांपैकी पहिल्या प्रकारात बँकेच्या दरातील चढउतार, खुल्या बाजारातील व्यवहार, आणि बदलाचा राखीव

गरजा, यांचा समावेश होतो. याचा अर्थ असा की, या सर्व गोष्टी नियमितपणे चालण्यासाठी, उधारीच्या बाबींतील सर्व आर्थिक व्यवहार हे व्यापारी बँकांकडून होतात. ठराविक/चिकित्सा करुन निवडलेले/चिकित्सक उधारीवरील नियंत्रन ठराविक काळावर अवलंबून असते. यामध्ये बदलत्या पैश्याची गरज आणि ग्रहाकांच्या उधारीची नियमावली यांचा समावेश असतो. हे आकृतीच्या सहाय्याने पुढीलप्रमाणे स्पष्ट करता येईल.

चलनविषयक धोरणाची साधने

संख्यात्मक साधने

१) बँक दर

२) खुल्या बाजारातील कर्जरोख्यांच्या खरेदी-विक्रीचे धोरण

३) परिवर्तनीय राखीव गुणोत्तर

अ) रोख राखीव प्रमाण

ब) वैधानिक रोखता प्रमाण

गुणात्मक साधने

१) सीमा आवश्यकता

२) पतनियंत्रण

३) नैतिक समजावणी

४) प्रत्यक्ष कार्यवाही

५) प्रसिद्धी

४.२.१ संख्यात्मक साधने :

आधुनिक अर्थव्यवस्था ही पत अर्थव्यवस्था असते. कारण आधुनिक अर्थव्यवस्थेत सर्व प्रकारचे व्यावसायिक व्यवहार पूर्ण करण्यासाठी पतचलनाची भूमिका महत्त्वाची असते. पतचलनाच्या आकारमानातील बदलाने अर्थ-व्यवस्थेतीतील व्यावसायिक कार्यावर आणि किंमत पातळीवर परिणाम होतो. अर्थव्यवस्थेच्या आवश्यकतेपेक्षा जास्त पतपुरवठा झाल्यास पैशाचे मूल्य घटते, किमती वाढतात. याचे अर्थव्यवस्थेवर विपरीत परिणाम होतात. त्याचप्रमाणे जर पतनिर्मिती कमी झाली तर पैशाचे मूल्य वाढते.विविध वस्तू व सेवा यांच्या किंमती वाढतात. याचेही अर्थव्यवस्थेवर दुष्परिणाम होतात. त्यासाठी भारतीय रिझर्व्ह बँकांच्या पतनिर्मितीवर नियंत्रण ठेवते. चलन विषयक धोरणालाच पतनियंत्रण असेही संबोधले जाते. रिझर्व्ह बँक देशातील अर्थव्यवस्थेच्या गरजेनुसार पतनिर्मिती करण्याचे कार्य करते. म्हणजेच बँकांच्या पतनिर्मितीवर नियंत्रण ठेवते. पतनियंत्रणाच्या दोन पद्धती असतात. संख्यात्मक आणि गुणात्मक पद्धती संख्यात्मक नियंत्रण पद्धती पुढे स्पष्ट केल्याप्रमाणे

संख्यात्मक पद्धती/साधने :

रिझर्व्ह बँक पतनिर्मितीवर संख्यात्मक रितीने संपूर्ण पतनियंत्रणावर परिणाम घडवून आणते. हा परिणाम संपूर्ण अर्थव्यवस्थेला पतनियंत्रणाद्वारे गृहित धरला जातो. संख्यात्मक पद्धतीत पैसा/उधारी संपूर्ण अर्थव्यवस्थेत गृहित धरली जाते. संख्यात्मक पद्धती पैसा आणि उपलब्धता किंवा बँकेच्या आवश्यक असलेल्या उधारीच्या परिमाणावर आधारित असतात. रिझर्व्ह बँकेकडून पतमात्रेचे नियमन करणे म्हणजे रक्कमेचा किमान भाग व्यापारी बँकांकडे राखीव ठेवला जातो. या नियंत्रणाद्वारे व्यापारी बँकांच्या विविध मालमत्तेचा प्रकारावर परिणाम होतो व तो मोजून नियंत्रित केला जातो. जेव्हा रिझर्व्ह बँका नियंत्रण करण्याची गरज असते. तेव्हा ते विविध पद्धतींचा वापर करतात. या उद्देशाने, पुढील साधने वापरली जातात.

अ) बँक दर (Bank Rate Policy) :

देशातील पतचलनाच्या नियंत्रणाचे एक पारंपारिक साधन म्हणून बँकदराकडे पाहिले जाते. रिझर्व्ह बँक कायद्यातील तरतुदींनुसार रिझर्व्ह बँकेला बँकदर कमी-जास्त करण्याचा अधिकार देण्यात आलेला आहे. भारतीय रिझर्व्ह

बँकेच्या १९३४ च्या कायद्यानुसार कलम ४९ मध्ये नमुद केल्याप्रमाणे बँकेचा दर प्रमाणित दर असतो की जो भारतीय रिझर्व्ह बँकेद्वारे विनिमय हुंड्यांची खरेदी किंवा पुर्नसवलतीद्वारे किंवा अन्य व्यावसायिक दस्ताऐवज जे या कायद्यांतर्गत खरेदीस किंवा विक्रीस पात्र असतात अशाद्वारे तो तयार केला जातो. बिलांच्या किंमतीवर जेव्हा सुट देण्याची वेळ येते, तेव्हा अशी तरतूद केलेली असते की, जर बँकेशी व्यवहार नसतील तर त्या बिलांना रिझर्व्ह बँकेच्या नियमांप्रमाणे बँकाच्या दराने भरावी लागले रिझर्व्ह बँक ऑफ इंडिया बँकेच्या धोरणांचा वेळोवेळी बँकेचे दर बदलून त्यांचा अवलंब करतात. जर १९५१ पासूनच्या विचार केला तर ३% पासून ३.५% पहिल्या वेळी बदल करण्यात आला. त्याचा दर नंतर १९५७ मध्ये ४% करण्यात आला, १९५३ मध्ये ४.५%, मार्च १९६५ मध्ये ६%, जुन १९७३ मध्ये ७%, ऑगस्ट १९७४ मध्ये ९% आणि १९८१ पासून १९९१ पर्यंत १०% करण्यात आला. तर ऑक्टोंबर १९९१ मध्ये १२%, ऑक्टोंबर १९९७ मध्ये ९%, मार्च १९९९ मध्ये ८%, ऑक्टोबर २००१ मध्ये ६.५% आणि एप्रिल २००३ पासून ६% अशा रितीने वाढत गेले. आजचा बँकेचा दर ७ ते ७.५% इतका आहे. जेव्हा रिझर्व्ह बँकेला याचे दर कमी करायचे असतात. तेव्हा बँकेचे दर वाढतात आणि जेव्हा बँकेतील पत संख्या वाढतात तेव्हा बँकेचे दर कमी करतात. बँकेच्या दरातील बदल हा उपलब्ध असलेल्या व्यापारी बँकांपेक्षा बँकांतील पत मध्यवर्ती पैशावर तात्काळ परिणाम करतो. जेव्हा भारतीय रिझर्व्ह बँक त्यांचे दर वाढविते तेव्हा व्यापारी बँकांचे उसने पैसे घेणाऱ्यांसाठीचे दर/कर्जाचे दर वाढतात. त्यामुळे कर्जदार अधिक व्याजदरामुळे निराश होतात. त्यामुळे त्यांचे बँकातून उसने पैसे घेण्याचे प्रमाण कमी होते. त्याचा परिणाम मध्यवर्ती पूर्नअर्थ नियोजन नियंत्रित करण्यासाठी केला जातो.

१) बँक दराची यंत्रणा :

i) चलनवाढीच्या काळात/परिस्थितीमध्ये :

चलनवाढीच्या काळात नोकरदार वर्ग, उत्पादन आणि नोंदविलेल्या किंमती वाढतात.

ii) रिझर्व्ह बँक ऑफ इंडियाचा हस्तक्षेप :

जेव्हा मध्यवर्ती बँक हस्तक्षेप करते आणि बँकेचे दर वाढविते, तेव्हा बँकेतून कर्ज घेणाऱ्यांचे मूल्यात वाढ होते आणि परिणामतः बाजारातील दर आपोआप वाढतात.

iii) वाढत्या दराचे होणारे परिणाम :

वाढते बाजाराचे दर व्यवसायिकांना कर्ज घेण्यासंबंधी निरुसाही करतात. या व्यावसायिकांचे उपक्रम आणि बेकारांची संख्या हे तपासले जाते. लोकांची क्रमशक्ती कमी झाल्याने वस्तू व सेवांच्या मागण्यांमध्ये घट होते. याचा उत्पादकांवर विपरित परिणाम होतो.

iv) उत्पादनावर किंवा उत्पादनकतेवर होणारा परिणाम :

हयाचे रुपांतर, तयार झालेल्या आणि उत्पादनाचे उपक्रम कमी करण्यावर होते.

v) किंमतींच्या पातळीवर होणारा परिणाम :

मागणीत घट झाल्याने किमती आपोआप कमी होतात.

vi) वाढ आणि घट यांचे धोरण :

बँकदरातील वाढ ही परिचलनातील रक्कम कमी करते, प्राप्ती आणि किंमतीत घट होते. आणि एकूणच आर्थिक उपक्रम कमी होतात. याउलट बँकदरातील घट बाजारातील दरात बदल घडवून आणते. म्हणून बँकेचा दर आणि बाजाराचा दर यांच्यातील संबंधांवर पतनियंत्रण करता येते. बँकेचे वाढीव दर परिचलनातील एकूण पैसा आणि कमी दर परिचलनातील एकूण पैशांचे चलनवलन करण्याचे काम केले जाते.

vii) सुवर्ण मानकांच्या अंतर्गत बँक दराची धोरणे :

सुवर्ण मानकांतर्गत बँक दर धोरण बँक दर धोरणाचा मुलभूत सिद्धांत हा प्रामुख्याने सुवर्ण मानक प्रणाली अंतर्गत लागू होतो. जेव्हा त्यात विरुद्ध रितीने शिल्लक जमा होते. तेव्हा सोन्याचा दुःसमायोजित असल्याच्या कारणाने आयात आणि निर्यातीवर अधिकाधिक भांडवालाच्या कारणाने कमी पैशाच्या दराने प्रबल असलेला देश सेंट्रल बँक, बँकेचे दर वाढवून या गोष्टी तपासून पहात असते.

२) परिणामकारकता :

i) दोन विचारधारा :

बँकदरातील बदल अल्पकालीन गुंतवणुकीवर परिणाम घडवून आणतात की, दीर्घकालीन गुंतवणुकीवर याबाबत दोन विचारधारा आहेत. घॅट्रे यांच्या मते अल्पकालीन व्याजदर बदलामुळे अर्थव्यवस्थेवर परिणाम होतो. तर लॉर्ड केन्स यांच्यामते, दीर्घकालीन व्याजदर बदलामुळे अर्थव्यवस्थेवर परिणाम होतो. कोणत्याही अर्थव्यवस्थेत गुंतवणुक निर्णय हा बँकदरामधील बदलावर अवलंबून नसतो.

ii) मालाच्या साठ्यावर होणारा परिणाम :

बँकेच्या दरामध्ये झालेले कोणतेही बदल सर्वसामान्य माणसाची आणि होलसेल डिलर्सच्या इच्छाशक्तीवर परिणाम करते. यामुळे मालाची साठवणुक घेऊन किंवा संपवून किंवा काही प्रमाणात संपवून त्या मालाला अल्पकालीन कर्जांच्या सह्याने अर्थसहाय्य केले जाते.

iii) नोकरदारांवर होणारा परिणाम :

उत्पादनाच्या घटकांपैकी नोकरदारांची संख्या कमी करते. आर्थिक परिस्थिती ही दीर्घकालीन व्याजदरापेक्षा आणि निश्चित भांडवला संबंधात परिणाम करते.

iv) दरांवर होणारा परिणाम :

अल्पकालावधीतील दरांमध्ये चढ किंवा उतार ही सहाजिकच आघाडी घेताना चढ किंवा उतार दीर्घकालीन दरांमध्ये होते आणि याविरुद्धही घडते. दीर्घकालीन दर वाढताना त्यांचा परिणाम पैशांच्या गुंतवणुकीवर होतो.

v) इतर गोष्टींचा परिणाम :

सोन्याच्या वस्तुंचे निलंबन, भांडवलाच्या हलचालींवर आणि इतर मानवनिर्मित गोष्टींवर बंधने येतात आणि मोठ्या प्रमाणावर कमी केलेले बँक दराची धोरणे महत्त्वाची असतात.

vi) बँकेच्या दराच्या धोरणाच्या मर्यादेचा परिणाम :

बँकेच्या दराच्या धोरणांवर मर्यादा येतात की, त्यामुळे बँकेच्या दराच्या धोरणात महत्त्वपूर्ण घट होते. कोषागारातील बिले आणि इतर अल्पकालीन शासकीय रोखे व्यवहार अल्पकालीन गुंतवणुकींमुळे विस्थापित आहेत. बँक दराच्या साधनांच्या संयोगाने इतर साधनांबरोबर चलनविषयक धोरण आणि त्याचबरोबर वित्तीय धोरण आणि गुंतवणुकीवरील नियंत्रण आणि त्यानुसार होणारे परिणामकारक काम यावर अवलंबून असते.

ब) खुल्या बाजारातील कर्जरोख्यांच्या खरेदी–विक्रीचे धोरणे :

खुल्या बाजारातील व्यवहार म्हणजे सरकारी प्रतिभूतींची खरेदी–विक्री करणे होय. विभाग भारतीय रिझर्व्ह बँक कायदा, १९३४ नुसार व्यापक अर्थाने खुल्या बाजारातील व्यवहारामध्ये सरकारी प्रतिभूतींशिवाय समभाग, सोने आणि परकीय चलन यांच्या खरेदी विक्रीचाही समावेश होतो. रिझर्व्ह बँका पतनियंत्रणासाठी विविध साधनांचा वापर करतात. अशा प्रकारची प्रक्रिया या अधिक बाजारातील पद्धतींवर प्रत्यक्षपणे परिणाम करीत असतात. ही बँकेच्या धोरणाबाबत अधिक परिणामकारक असून त्यांची परिणामकारकता ही त्यांच्या प्रत्यक्ष कामावर बाजारातील विविध पद्धतींवर परिणाम करणारी असते. यातील होणारे बदल आर्थिक दरांवर परिणाम करतात.

१) खुल्या बाजारातील प्रक्रिया :

खुल्या बाजारातील प्रक्रिया या प्रत्यक्ष आणि पैसा आणि पत, व्याजाचा दर या सर्वांवर तात्काळ परिणाम करतात. हे ही लक्षात घेतले पाहिजे की, खुल्या बाजारातील प्रक्रिया पुढील प्रकारे काम करतात.

i) पब्लिक पॉलिसीच्या आधारावर स्वस्त आर्थिक परिणामकारक आधार तयार करण्यासाठी किंवा,

ii) स्वस्त पैसा निर्मिती आणि जतन करण्याची परिस्थिती निर्माण करण्यासाठी वापरले जातात किंवा,

iii) अतिरिक्त रोख रोकड शोवुन घेण्यासाठी किंवा

iv) राज्याच्या विकासात्मक कार्यक्रमांना वित्तसहाय्य करण्यासाठी आवश्यक निधी उभारण्यासाठी होऊ शकतो.

v) सोन्याच्या आयात आणि निर्यातीचे समतोल राखण्यासाठी

vi) अंर्तगत पतप्रत्राच्या रचनेनुसार संरक्षण करणे. अचानक आणि तात्पुरते होणारे बदल ज्यांचा पैशांच्या शिल्लकीवर बदल अवलंबून असतो. किंवा,

vii) किंमतीमध्ये त्यानुसार होणारे बदल आणि शासकीय सुरक्षितपणा यांच्यातील दोलायमान परिस्थिती दूर करण्यासाठी, अपेक्षित बदल मिळविण्यासाठी, बँकेच्या दराची धोरणे आणि खुल्या बाजारातील व्यवहार नेहमीच एकमेकांशी जोडलेले असतात. ते स्वतंत्ररित्या कदाचित निर्णय/निकाल देऊ शकणार नाहीत.

२) खुल्या बाजारातील खरेदी-विक्री व्यवहार आणि बँकदर धोरण यांच्या यंत्रणा :

खुल्या बाजारातील प्रक्रिया या संपूर्ण पैशांचे परिचलन आणि बँकेचे अधिकार जे अधिक पत गोळा करतात. या दोघांवर मुख्यतः अवलंबुन असतात. खरेदी किंवा विक्री हे सुरक्षितेतेचे नवीन खुला बाजार असल्याने पैशांची चढ-उतार होते आणि पैशांचे परिचलन होते. रोख किंमत काही कायदेशीर करार किंवा प्रतिसाद यांवर अवलंबून असतात. हे पुढील काही मुद्द्यांच्या आधारे स्पष्ट करता येईल.

i) रिझर्व्ह बँकेकडून रोख्यांची खरेदी :

रिझर्व्ह बँक खुल्या बाजारातून रोख्यांची खरेदी करतात. त्यामुळे परिचलनातील पैशांत वाढ होते. व या रोख्यांचे धारक त्यांच्या विक्रिचा पैसा बँकामध्ये ठेवतात. त्यामुळे या बँकांच्या रोख राखीव निधीत वाढ होते. अशा प्रकारे रोखे खरेदी केल्याने बँकांच्या ठेवीत वाढ होऊन त्यांची कर्ज देण्याची क्षमता वाढते. व पतनिर्मितीत वाढ होते. पैशाचा पुरवठा वाढतो. ज्यावेळी देशांत मंदीची स्थिती असते. त्यावेळी सरकार असे धोरण स्वीकारते.

ii) रिझर्व्ह बँकेकडून रोख्यांची विक्री :

ज्यावेळी अर्थव्यवस्थेत चलनवाढ होते त्यावेळी रिझर्व्ह बँक खुल्या बाजारात रोख्यांची विक्री सुरु करते. देशांतील नागरिक रोख्यात पैसे गुंतविणे पसंत करतात. तसेच वित्तीय संस्थाही रोख्यांची खरेदी करतात. नागरिक त्यांच्या बँकेतील ठेवी काढून असे रोखे खरेदी करतात. व्यापारी बँकांमधील प्राथमिक ठेवी कमी होतात. त्यामुळे बँकांची कर्जे देण्याची समता घटते व पतनिर्मिती कमी होते. रोख्यांच्या विक्रीमुळे रोख्यांची किंमत म्हणून रोख पैसा रिझर्व्ह बँकेकडे जमा होतो. व त्यामुळे परिचलनात पैसा कमी होऊ चलनवाढ रोखली जाते.

३) परिणामकारकता :

i) बाजारपेठेचे स्वरुप :

खुल्या बाजारांतील सरकारी प्रतिभूतींच्या खरेदीविक्रीचे व्यवहाराचे यश आणि तुलनेने स्थिर रोख निधी गुणोत्तर राखण्यासाठी बाजारपेठ या विकसित आणि व्यापक असल्या पाहिजेत. भारतामध्ये अशा विकसित बाजारपेठांचा अभाव आहे. अशा परिस्थितीत सरकारी प्रतिभूतींची मोठया प्रमाणावर खरेदी-विक्री झाल्यास त्याचा त्यांच्या किंमतीवर परिणाम होऊन त्यात मोठ्या प्रमाणावर चढ-उतार होऊ शकतात.

ii) मर्यादीत प्रतीभूती :

भारतात कर्जरोखे खरेदी-विक्री करण्यासाठी आवश्यक असणारी विविध साधने फारशी विकसित झालेली नाहीत. तसेच बाजार विस्तारही मर्यादित आहे. त्यामुळे रिझर्व्ह बँक मोठ्या प्रमाणात कर्जरोखण्यांची त्वरित खरेदी-विक्री करु शकत नाही.

iii) कर्ज रोख्यांचे प्रमाण :

असे व्यवहार करण्यासाठी सर्वप्रथम रिझर्व्ह बँकेकडे पर्याप्त प्रमाणात कर्जरोखे असणे आवश्यक असते. रिझर्व्ह बँकेकडे ते अल्प असतात. म्हणून या साधनांवर मर्यादा येतात.

iv) खरेदी-विक्रीचा उद्देश :

रिझर्व्ह बँकेच्या खरेदी-विक्रीचा प्रमुख हेतू पतपैशाचे नियंत्रण करणे हा नसून या रोख्यांच्या सहाय्याने सरकारला कर्ज उभारण्याच्या कामात मदत करणे हा असतो. अशा व्यवहारातून देशातील पैशाची हंगामी मागणी पूर्ण करणे हा मुख्य उद्देश असतो. तसेच कर्जरोख्यांच्या किंमतीत स्थैर्य प्रस्थापित करण्याच्या हेतूने रिझर्व्ह बँक कर्जरोख्यांची खरेदी-विक्री करते.

v) उद्योजक/व्यवसायिकांच्या प्रतिक्रिया :

ज्यावेळी परिचलनातील पैशाचे प्रमाण वाढवून एकंदरीत व्यवसायांची परिस्थिती सुधारण्यासाठी जर रिझर्व्ह बँकेने खुल्या बाजारात रोख्यांची खरेदी-विक्री केली. तर व्यवसायिकांच्या प्रतिक्रिया लक्षात घेतल्या पाहिजे. कधी-कधी या व्यावसायिकांना भविष्यातील किंमती आणि नफा याबाबत शंका असेल तर ते त्यांचा व्यवसाय विस्तारीत करण्यास इच्छुक नसतात. तर कधी-कधी बँका त्यांना अशा विस्तारीकरणासाठी आवश्यक असणारा निधी उपलब्ध करुन देण्यास नाखुष असतात. अशा वेळी खुल्या बाजारातील प्रतिभूतींच्या व्यवहारांचा फारसा परिणाम होत नाही.

vi) इतर मर्यादा :

सेंट्रल बँकांकडून सुविधांवर पतपैशांवर मिळणारी पुर्नसुट ही विरोधाभास निर्माण करतात आणि त्यांना निष्क्रीय बनवतात. अशा गोष्टींमूळे मर्यादा येतात.

क) परिवर्तनीय राखीव गुणोत्तर :

पतपैशांची आणि चलनाची पद्धती परिणामकारकपणे नियंत्रित करायची असेल तर आणि राष्ट्रीय आर्थिक परिस्थितीच्या दराची सांगड घालायची असेल तर सर्व शेडयुल बँकांची रोख रक्कम वापरण्याचा रिझर्व्ह बँकांना अधिकार असतो. भारतीय रिझर्व्ह बँकेच्या कायद्यातील सेक्शन ४२ (i) प्रमाणे प्रत्येक बँकेला व्याजदराविरहीत शिल्लक ही कर्जाला मिळणारी जोखीम ५% पेक्षा कमी नसावी, आणि वेळेची जोखीम/जबाबदारी ही २% असावी. १९५६ च्या सुधारित आवृत्तीनुसार रिझर्व्ह बँकेला अधिकार देण्यात आले आहेत की, त्यांच्या मर्यादा ५% आणि २% यांदरम्यान मागणीची जोखीम लक्षात घेऊन आणि २% ते ८% या दरम्यान वेळेची जोखीम लक्षात घेवून करावीत.

१) रोख राखीव प्रमाण :

सन १९६२ मध्ये, रिझर्व्ह बँकेने कायद्यात दुरुस्ती करुन सर्व बँकांनी आपल्याकडील एकूण ठेवींच्या किमान ३% रक्कम रिझर्व्ह बँकेकडे ठेवावी. अशी तरतूद केली आहे. हे प्रमाण जरुरीनुसार रिझर्व्ह बँक १५% पर्यंत वाढवू शकते. रोख राखीव प्रमाणे हे वेळेनुसार ६.५% पासून १५% पर्यंत वाढू शकते.

२) वैधानिक रोखता प्रमाण :

रिझर्व्ह बँकेच्या १९९४ च्या कायद्यातील तरतुदींनुसार देशातील सर्व व्यापारी बँकांना रोकड निधिचा प्रमाणाबरोबर स्वतःजवळ रोकड स्वरुपात ठराविक निधी ठेवावा लागतो. रोख रक्कम, सोने, सरकारी कर्जरोखे या स्वरुपात रोख निधी ठेवला जातो. यालाच वैधानिक रोखता प्रमाण असे म्हणले जाते. कायदेशीर रोखता प्रमाणात आवश्यकतेनुसार बदल करण्याचा अधिकार रिझर्व्ह बँकेला आहे. व्यापारी बँकांनी हे रोखता प्रमाण किमान २५% एवढे ठेवले पाहिजे. ते ४०% पर्यंत करण्याचा अधिकार रिझर्व्ह बँकेला देण्यात आला आहे. हे प्रमाण जून १९७२ मध्ये ३०%, १९७३ मध्ये ३२%, १९७४ मध्ये ३३%, १९८५ मध्ये ३७%, १९८८ मध्ये ३८% व १९९० मध्ये ३८.५% केले. नरसिंहम् शिफारशी नुसार ते कमी करण्यात आले १९९३ मध्ये ३४.७५% तर १९९७ मध्ये २५% करण्यात आले.

I) यंत्रणा :

i) टक्केवारीत/प्रमाणात वाढ :

जर राखीव निधीच्या प्रमाणात वाढ करण्यात आली, तर व्यापारी बँकांकडे कमी रोख रक्कम राहील आणि त्यामुळे त्यांना पतपुरवठयात घट करावी लागेल. कारण कर्जासाठी उपलब्ध रक्कम कमी होते. पतनिर्मितीचा दर खालावतो आणि पतपुरवठा कमी होतो.

ii) टक्केवारीत/प्रमाणात घट :

जर रिझर्व्ह बँकेने, व्यापारी बँकांनी स्वतः जवळ राखायच्या निधींचा दर कमी केला. तर व्यापारी बँकांकडे पुष्कळ रोख रक्कम शिल्लक रहाते. त्यामुळे पतनिर्मितीत वाढ होते, आणि पतपुरवठा वाढतो.

II) परिणामकारकता :

i) बँकांकडे मोठ्या प्रमाणावर उपलब्ध रक्कम :

जर व्यापारी बँकांकडे मोठ्या प्रमाणावर पैसा असेल तर या साधनांचा फारसा उपयोग होत नाही. जेव्हा देशातील व्यापारी बँकांकडे विदेशी चलन मोठ्या प्रमाणावर उपलब्ध असते. तेव्हा या साधनांचा फारसा उपयोग होत नाही. कारण विदेशी चलनाला रोख निधीचे प्रमाण लागू नसते.

ii) आवश्यकतेपेक्षा जास्त ठेवी :

रिझर्व्ह बँकेने सांगितलेल्या किमान मर्यादेपेक्षा जेव्हा अधिक रक्कम ठेवली जाते. तेव्हा या साधनांचा फारसा उपयोग होत नाही. जुन्या व मोठ्या बँकांपेक्षा नवीन व छोट्या बँकांवर या साधनांचा तीव्र परिणाम होतो.

iii) प्रमाणातील बदलाचा दर :

रोखे निधीच्या प्रमाणात मोठी वाढ किंवा घट केली तरच त्याचे अपेक्षित परिणाम दिसून येतात. अल्पशी वाढ वा घट केल्यास साधन निरुपयोगी बनते.

iv) रोखे बाजारावरील परिणाम :

रोख निधी प्रमाणातील बदलाचा रोखे बाजारावर अनिष्ट परिणाम होण्याची शक्यता असते. कारण रोख निधी प्रमाण वाढविल्यास काही वेळा बँका रोखे एकाच वेळी विकून रोखता वाढविण्याचा प्रयत्न करतील. परिणामी रोखे बाजारात मंदी निर्माण होईल.

v) बँकेतर वित्तीय संस्थांवरील परिणाम :

बँकेवर वित्तीय संस्थांना रिझर्व्ह बँकांच्या रोख निधी प्रमाणाची अट लागू नसते. त्यामुळे या निधींच्या प्रमाणातील वाढ वा घट याचा या संस्थांवर परिणाम होत नाही. त्यांचा कर्जपुरवठा वाढत असतो. पतनिर्मिती कमी होत नाही.

vi) बँक क्षेत्रात अनिश्चितता वाढते :

या धोरणाने वारंवार रोख निधीत बदल केल्यास बँक क्षेत्रात अनिश्चितता वाढते. पतविषयक धोरण योग्य प्रकारे आमलांत आणता येत नाही.

ड) रेपो दर :

चलनवाढीचा दर नियंत्रित करण्यासाठी रेपो दराचा वापर हा चलनविषयक अधिकाऱ्यांद्वारे केला जातो. रेपो दर म्हणजे असा दर की ज्याद्वारे देशाची जी मध्यवर्ती बँक असते तिच्याद्वारे देशातील व्यापारी बँकांना निधीच्या कमतरतेच्या वेळेस पैसे कर्जाऊ दिले जातात.

१) अर्थ :

रेपो दर किंवा पुनर्खरेदी दर म्हणजे असा दर की ज्याद्वारे भारतीय रिझर्व्ह बँक व्यापारी बँकांना आत्यंतिक अल्पकाळासाठी पैसे कर्जाऊ देते. याची निश्चिती ही बँकेद्वारे शासकीय बंधपत्रांची खरेदी करून केली जाते. यामध्ये रिझर्व्ह बँक आणि बँक यांच्यामध्ये ही बंधपत्र निश्चित/स्थिर दराला पुन्हा विकली जातील किंवा परत केली जातील असा करार केला जातो.

२) रेपो दराचे परिणाम :

भारतीय चलनविषयक धोरणांचे एक महत्त्वपूर्ण साधन आणि माध्यम म्हणून या रेपो दराकडे पाहिले जाते. याद्वारे देशाचा पैशाचा पुरवठा, चलनवाढ स्तर आणि तरलता ही नियमित केली जाते. तसेच रेपो दराचा प्रत्यक्ष परिणाम हा बँकांद्वारे पैसे उधार घेण्यासाठी जो व्यय होतो त्यावरती होतो. उच्च रेपो दर हा बँकांद्वारे जे उधार घेतले जाते त्याचच व्यय वाढवतो.

i) चलनवाढ वृद्धी :

उच्च चलनवाढ असताना भारतीय रिझर्व्ह बँक ही देशाच्या अर्थव्यवस्थेत असणारा जो पैसा आहे त्याचे प्रमाण कमी करण्याचा प्रयत्न करते. यासाठी रिझर्व्ह बँक ही रेपो दरामध्ये वाढ घडवून आणते. यामुळे व्यवसाय आणि उद्योगाला लागणारे जे उधार स्वरूपातील पैसे आहेत त्यांच्या उधार घेण्याच्या किंमतीत वाढ होते. परिणामी बाजारपेठेतील वित्ताचा पुरवठा आणि पैशाची गुंतवणूक हे अतिशय कमी वेग घेतात. परिणामी याचा नकारात्मक परिणाम हा देशाच्या आर्थिक वृद्धीवरती होतो.

ii) बाजारातील तरलता वाढवणे :

भारतीय रिझर्व्ह बँकेच्या वित्तीय प्रणालीला ज्यावेळेस मोठ्या प्रमाणावरती पैशाची आवश्यकता असते त्यावेळस रिझर्व्ह बँकेद्वारे पैशाचा पुरवठा हा वाढवला जातो आणि रेपो दरामध्ये कपात घडवून आणली जाते. परिणामी उद्योग आणि व्यवसाय हे विविध हेतूंनी पैशा कमीतकमी व्ययामध्ये पैसे गुंतवतात.

यामुळे एकूणातच सर्वांगीण दृष्टिकोनातून अर्थव्यवस्थेतील पैशाचा पुरवठा हा वाढतो. यामुळे अर्थव्यवस्थेचा समग्र वृद्धी दरामध्ये वाढ होते.

इ) रिव्हर्स रेपो दर :

भारतीय रिझर्व्ह बँकेद्वारे रेपो आणि रिव्हर्स रेपो दरामध्ये बदल केल्याच्या बातम्या आपण वाचत असतो. त्यामुळे रेपो दर आणि रिव्हर्स रेपो दर या दोहोंचा अभ्यास करणे आवश्यक ठरते. ज्यावेळेस व्यापारी बँक या भारतीय रिझर्व्ह बँकेमध्ये पैसे ठेवतात त्यावेळेस त्यांना त्या किंमतीचे व्याज प्राप्त होते. या व्याजाचा जो दर आहे त्याला रिव्हर्स रेपो दर म्हणून ओळखले जाते. या प्रकारचा दर हा पुढील दोन परिस्थीतीत दिला जातो. पहिली परिस्थिती ज्यावेळेस भारतीय रिझर्व्ह बँक ही व्यापारी बँकांकडून कर्ज घेते आणि दुसरी परिस्थिती म्हणजे

ज्यामध्ये बँकांकडे अतिरिक्त नगद रक्कम आहे पण त्याकरिता बँकांद्वारे कोणतेही शाश्वत साधन वापरले जात नाही त्यामुळे या व्यापारी बँक त्यांचा जो पैसे आहे तो भारतीय रिझर्व्ह बँकेकडे ठेवतात ज्यामुळे बँकांच्या अतिरिक्त निधीमध्ये व्याजाच्या रूपाने वाढ होते.

फ) मार्जिनल स्टँडिंग फॅसिलिटी :

बँक व्यवसाय प्रणालीमध्ये पुरेशा प्रमाणात तरलता आहे याची खात्री करण्यासाठी भारतीय रिझर्व्ह बँक ही तरलतेसाठी विविध उपायांचा अवलंब करते.

१) अर्थ :

मार्जिनल स्टँडिंग फॅसिलिटी म्हणजे अशा प्रकारचा एक तरलता आधार आहे की ज्याच्याद्वारे भारतीय रिझर्व्ह बँक ही अन्य व्यापारी बँकांना रेपो दराच्या मोठ्या प्रमाणात उच्च स्तरीय व्याजदर प्रदान करते.

या सुविधेचा वापर हा बँकेद्वारे अन्य सर्व पर्यायांचा वापर करून झाल्यावर केला जातो.

२) मार्जिनल स्टँडिंग फॅसिलिटीची सुरुवात :

भारतीय रिझर्व्ह बँकेद्वारे मार्जिनल स्टँडिंग फॅसिलिटीची सुरुवात ही २०११-१२ मध्ये करण्यात आली. साधारणपणे बँकांना भारतीय रिझर्व्ह बँकेद्वारे काही अल्पकालीन कर्जे हवी असतात त्यावेळेस बँक त्यांचे जे रोखे असतात ते रोखे बँकेकडे गहाण ठेवतात आणि त्या स्थितीत बँक ही संबंधित व्यापारी बँकेला अल्प काळासाठी वित्तीय मदत करते.

मार्जिनल स्टँडिंग फॅसिलिटीनुसार बँक या भारतीय रिझर्व्ह बँकेकडून एका दिवसासाठी देखील कर्ज घेऊ शकतात. बँक भारतीय रिझर्व्ह बँकेकडून त्यांची जी निव्वळ मागणी असते त्यामागणीच्या १% रक्कम ही उधार घेऊ शकते.

मार्जिनल स्टँडिंग फॅसिलिटी ही अप्रत्यक्षरीत्या तरलता प्रमाणाशी संबंधित आहे.

३) मार्जिनल स्टँडिंग फॅसिलिटीची वैशिष्ट्ये :

मार्जिनल स्टँडिंग फॅसिलिटीची वैशिष्ट्ये पुढीलप्रमाणे स्पष्ट करता येतील :

i) पात्रता :

सर्वच अनुसूचीतील व्यापारी बँक ज्यांचे भारतीय रिझर्व्ह बँकेमध्ये चालू खाते आणि एसजीएल खाते आहे अशा सर्व बँक या मार्जिनल स्टँडिंग फॅसिलिटीमध्ये समाविष्ट होऊ शकतात .

ii) कालावधी आणि रक्कम :

या सुविधेनुसार जी संस्था पात्र आहे तिला एका दिवसासाठी त्यांची जी निव्वळ मागणी असते आणि तसेच समय दायित्व असते त्याच्या आधारे १% रक्कम प्राप्त होते.

iii) वेळ :

शनिवार व्यक्तिरिक्त मुंबई येथे ही सोय सर्वच कामकाजाच्या दिवशी उपलब्ध आहे.

iv) व्याज दर :

भारतीय रिझर्व्ह बँकेने वेळोवेळी ठरवल्याप्रमाणे हा व्याजदर निर्धारीत होत असतो.

v) भारतीय रिझर्व्ह बँकेचे तारतम्य :

भारतीय रिझर्व्ह बँकेला बँकेने मागितलेली वित्तीय मदत करण्याचा अथवा पूर्णतः नाकारण्याचा अधिकार देण्यात आलेला आहे.

vi) कार्यसंचालन यंत्रणा :

वाटाघाटी व्यापार प्रणालीच्या आधारे इलेक्ट्रॉनिकस साधनांमार्फत बँकेकडून रिझर्व्ह बँकेला विनंती पाठवली जाते.

vii) किमान विनंती आकारमान :

बँकेद्वारे पाठवली जाणारी जी पैशाची विनंती आहे ती साधारणपणे किमान १ कोटी इतक्या रकमेपर्यंत पाठवता येते.

४.२.२ गुणात्मक साधने :

अर्थव्यवस्थेला जेव्हा एका विशिष्ट क्षेत्राकडे पतचलन प्रवाहाचे नियमन करावयाचे असते तेव्हा मध्यवर्ती बँक त्यासाठी ज्या साधनांचा उपयोग करते त्यांना गुणात्मक किंवा निवडक पतसाधने म्हणतात.

रिझर्व्ह बँक कायद्याच्या कलम २१ मधील तरतुदीं अन्वये भारतीय रिझर्व्ह बँकेला व्यापारी बँका देत असलेल्या अग्रिमांवर नियंत्रण ठेवण्याचा अधिकार देण्यात आलेला आहे. या अधिकारालाच निवडक पतसाधनांचा अधिकार म्हणून ओळखले जाते. रिझर्व्ह बँकेला बँकांनी किती प्रमाणात कर्जपुरवठा करावा याबाबत धोरण निश्चित करण्याचा अधिकार आहे. या कलमाखालील तरतुदींनुसार बँकांना कर्जाची कारणे, सीमा आवश्यकता, व्याजदर आणि इतर अर्थ आणि नियम इत्यादीबाबत मार्गदर्शन करण्याचे अधिकार देण्यात आलेले आहेत. गुणात्मक साधन पद्धतीस पतचलनाच्या आकारमानापेक्षा त्याच्या रचनेवर अधिक लक्ष दिले जाते. अर्थव्यवस्थेच्या आवश्यक क्षेत्राला योग्य पतपुरवठा व्हावा व कमी महत्त्वाच्या क्षेत्रांना कमी तपपुरवठा व्हावा असा प्रयत्न केला जातो. ही साधने खाली नमुद केल्याप्रमाणे :

अ) सीमान्त आवशक्यता :

व्यापारी बँका विविध तारणावर कर्जे देतात. उदा. सोने, रोखे, शेती, इमारत इत्यादी मात्र, कर्जाची रक्कम या तारणाच्या रक्कमेपेक्षा कमी असते. समजा बँक तारणाच्या किंमतीच्या ७०% कर्ज देते. जर त्या प्रमाणात घट करुन ते ६०% द्यावे असे ठरविल्यास पतनिर्मिती घटते. तर हे प्रमाण ८०% केल्यास पतनिर्मिती वाढते. तारणावर त्याच्या किंमतीच्या किती टक्के कर्ज द्यावे हे ठरविण्याचा अधिकार रिझर्व्ह बँकेला असतो. म्हणजे तारण व कर्ज यामधील फरक म्हणजेच गाळा ठरविणे घेणे. अशा प्रकारे गाळयावर/फरकावर नियंत्रण ठेवून मध्यवर्ती बँक पतपुरवठ्यावर नियंत्रण ठेवू शकते.

१) यंत्रणा :

i) सरकारी प्रतिभूती आणि तरलमत्ता ठेवणे :

बँकांच्या अधिकारावर मर्यादा घालण्यासाठी रिझर्व्ह बँकेने व्यापारी बँकांनी अल्पकालीन सरकारी प्रतिभूती आणि तरल मत्ता यांच्या स्वरुपात गुंतवणूक करावी असा नियम केला आहे.

ii) दुय्यम राखीव निधी गुणोत्तर निश्चिती :

दुय्यम राखीव निधी गणोत्तर निश्चित केले जाते. असे गुणोत्तर निश्चित करण्याअगोदर बँकेच्या परिस्थितीचे काळजीपूर्वक अवलोकन केले जाते. असे गुणोत्तर बऱ्याच वरच्या पातळीवर निश्चित केले जाते.

iii) व्याजदर :

तरलतेवर/रोखेवर प्रभाव टाकण्यासाठी बँकांनी त्यांच्या निधींपेक्षा व्याजदरावर अधिक लक्ष केंद्रित करावे असे रिझर्व्ह बँकेने व्यापारी बँकांना सुचविले आहे.

२) परिणामकारकता :

i) राखीव निधी ठेवण्याची गरज :

कित्येक देशांमध्ये बँकांनी त्यांच्याकडे राखीव निधी ठेवलाच पाहिजे असा नियम नाही.

ii) किमान ठेवींचा स्तर :

ज्या देशांमध्ये बँकांनी ठराविक टक्के राखीव निधी ठेवला पाहिजे असा नियम आहे. त्या देशांच्या मध्यवर्ती बँकांच्या किमान ठेवींचे प्रमाण एवढे खाली आले आहे की, असा नियम हे एक सक्रिय चलनविषयक धोरणाचे साधन होऊ शकत नाही.

ब) पतनियंत्रण :

चलनविषयक धोरणाचे हे असे एक निवडक पतनियंत्रण साधन आहे जे भारतीय रिझर्व्ह बँक काही विशिष्ट परिस्थितीतच वापरते. एखाद्या ठराविक वेळेला अगर परिस्थितीत तात्पुरता या साधनांचा उपयोग केला जातो. राष्ट्रीय आर्थिक नियोजनाच्या सर्व समावेशक योजनेचा एक भाग म्हणून याचा उपयोग केला जाऊ शकतो. या पद्धतीमध्ये भारतीय रिझर्व्ह बँक प्रत्येक बँकेला देण्यात येणाऱ्या पतपुरवठयाचे नियंत्रण करते. म्हणजेच या बँकांच्या पतपुरवठयावर मर्यादा घालते. तसेच पतनियंत्रण करण्यासाठी अल्पकालीन विपत्रांच्या पुर्नवटणीवर बंधने/मर्यादा येतात. हा असा एक प्रकार आहे की जो अनेक देश अपवादात्मक अशा कठीण आणि आणीबाणीच्या परिस्थितीत वापरतात.

१) यंत्रणा :

i) आर्थिक नियोजन :

हुकुमशाही स्वरुपाचे देश या चलनविषयक नियंत्रण साधनांचा उपयोग त्यांच्या सखोल आणि विस्तृत/व्यापक अशा आर्थिक नियोजनासाठी करतात.

ii) तरलता कमी करणे :

बाजारातील अतिरिक्त तरलता कमी करण्यासाठी रिझर्व्ह बँक एकूण पतपुरवठयाच्या व्याप्तीवर आणि व्याजदरावर नियंत्रण आणते.

iii) रिझर्व्ह बँकेचे नियम :

अलिकडच्या काळात भारतीय रिझर्व्ह बँकेने शेतकी क्षेत्रातील कर्ज वाटपाच्या नियमांमध्ये शिथिलता आणली आहे. याचे कारण म्हणजे भारतातील पावसाच्या अनियमितपणामुळे शेतकऱ्यांना ज्या ताणाला तोंड दयावे लागते तो ताण कमी करण्याचा हा प्रयत्न आहे.

२) परिणामकारकता :

i) सर्वसाधारण परिस्थितीत वापर न करणे :

पतनियंत्रण हे चलनविषयक धोरणाचे साधन अपवादात्मक परिस्थितीत वापरले जाते. सर्वसाधारण परिस्थितीत या साधनांचा वापर केला जात नाही.

ii) महत्त्वाचे साधन :

पतनियंत्रण करण्याचे पत नियंत्रण हे एक महत्त्वाचे साधन आहे.

iii) चलनवाढीच्या प्रवृत्तीवर नियंत्रण :

याद्वारे चलनवाढीच्या प्रवृत्तीवर नियंत्रण ठेवणे शक्य होते.

क) नैतिक समाजावणी :

नैतिक समजावणीच्या साधनाने मध्यवर्ती बँक बँकांना पतचलनवाढीचे धोके समजावून सांगतात. प्रचंड पतचलन देशाच्या अर्थव्यवस्थेच्या हिताचे नसते. बँकांना देखील ते हिताचे नसते. कर्जपुरवण्याचे धोरण बँकांनी शक्यतो नियमानुसार ठेवावे असे मानसिक बंधन रिझर्व्ह बँकेकडून येत असते. रिझर्व्ह बँक इतर व्यापारी आणि सहकारी बँकांना मित्रत्त्वाचा सल्ला देते, आणि बँकांना आपले कर्जपुरवण्याचे धोरण अपेक्षित पद्धतीने बदलावे म्हणून सल्ला देते.

१) यंत्रणा :

i) पतपुरवण्यातील असंतुलन परिस्थिती :

कोणत्याही बँकेच्या पतपुरवण्याबाबत असंतुलन होत आहे. अशी शंका आल्यास मध्यवर्ती बँक संबंधित बूंकांना योग्य सल्ला देते.

ii) पतपरिवर्तन :

व्यापारी बँकांना विशिष्ट धोरणे वापरण्याची गरज पटवून देवून मतपरिवर्तनाद्वारे इच्छित हेतू साध्य करण्याचा रिझर्व्ह बँक सतत प्रयत्न करते.

iii) रिझर्व्ह बँकेचे मध्यवर्ती बँकाना अवाहन :

नैतिक समजावणीच्या साधनाने रिझर्व्ह बँका, मध्यवर्ती बँकांना कर्जपुरवठा करण्याचे धोरण काल्पनिकरित्या राबविण्याचे आवाहान करतात.

२) परिणामकारकता :

i) रिझर्व्ह बँक आणि व्यावसायिक बँकांचे सहसंबंध :

साधनांचे यश हे सेंट्रल बँक आणि व्यावसायिक बँकांच्या नातेसंबंधांवर सहकार्यावर अवलंबून असते.

ii) साधनांवर लक्ष केंद्रित करते/साधनांचे केंद्रिकरन

या दिशेने असलेले बँकेचे उपक्रम साधनांचे केंद्रिकरन करण्यासाठी ज्या बँकेचे व्यवहारांना कधीतरी अनौपचारिक समुपदेशन करुन बँकेचे उद्दिष्ट पूर्ण करणे आवश्यक असते.

iii) अनौपचारिक सूचना :

रिझर्व्ह बँक या व्यापारी बँकांना सल्ला देवून सर्वसाधारण पतपरिस्थितीवर नियंत्रण ठेवू शकतात. कधी-कधी कायद्यावरील औपचारिक कारवाईपेक्षा अशा सूचना महत्वपूर्ण ठरु शकतात.

iv) बँकांचा प्रतिसाद :

मोठ्या बँका ही सूचना मान्य करीत नाहीत. मात्र, रिझर्व्ह बँक व व्यापारी बँक यांच्यातील संबंध चांगले असतील तर नैतिक समजावनीचा उपयोग होतो.

ड) प्रत्यक्ष कारवाई :

काही वेळा बँका प्रचंड नफा मिळविण्याच्या उद्देशाने मोठ्या प्रमाणावर पतनिर्मिती करतात. चलनवाढ होऊन अर्थव्यवस्था धोक्यात येण्याची शक्यता असते. अशा प्रसंगी या बँका रिझर्व्ह बँकेच्या सूचनेला मान्यता देत नाहीत. या धोकेबाज उद्योगांपासून व्यापारी बँकांना परावृत्त करण्यासाठी मध्यवर्ती बँक प्रत्यक्ष कारवाईचा मार्ग स्वीकारते. अशा बँकांना कर्ज देणे. हुंड्या वटविणे, या सवलती नाकारल्या जातात. प्रत्यक्ष कारवाईने त्यांचा हा उद्योग थांबतो. प्रत्यक्ष उद्योग हा सक्तीने मध्यवर्ती बँकांच्या विरुद्ध वैयक्तिक विभागासह त्याचे मापन केले जाते. वैयक्तिक बँकाबरोबर प्रत्यक्ष व्यवहार दाखवितात.

१) यंत्रणा :

i) रिझर्व्ह बँकेचा नकार :

नियमानुसार कर्ज वाटप न करणाऱ्या बँकांवर रिझर्व्ह बँक थेट कारवाई करते. या बँकांना हुंड्या, पुनर्वटणीच्या सुविधा नाकारल्या जातात. ज्या बँकांनी आधीच मोठ्या प्रमाणावर कर्ज दिले आहे; परंतु त्यांच्याकडे पुरेशी भांडवल पर्याप्तता किंवा राखीव निधी नाही. अशा बँकांना अधिक पत देण्यास रिझर्व्ह बँक नकार देते.

ii) दंडात्मक कारवाई :

कर्जपुरवठा करताना पुरेसे तारण न घेणे, असंतुलित कर्ज वाटप करणे, अनुत्पादक मत्तेची व्याप्ती वाढविणे, अशा अनेक दोषांबद्दल रिझर्व्ह बँक या व्यापारी बँकांवर दंडात्मक व्याज आकारते.

२) परिणामकारकता :

i) महत्त्व :

महायुद्धानंतरच्या कालावधीमध्ये या साधनाचे महत्त्व बऱ्याच प्रमाणात वाढले होते. बँकांच्या या साधनाचा परिणामकारक उपयोग होऊ शकतो.

ii) कडक कारवाईचा परिणाम :

प्रत्यक्ष कारवाईच्या साधनाने गैरव्यवहार थोड्याफार प्रमाणात थांबले तरी हा मार्ग व्यवहारात कटुता निर्माण करतो.

iii) रिझर्व्ह बँकेने अलीकडे केलेली कारवाई :

अलीकडच्या काळातील रिझर्व्ह बँकेने केलेल्या प्रत्यक्ष/थेट कारवाईचे उदाहरण म्हणजे युनायटेड वेस्टर्न बँकेवरील कारवाई तसेच सुवर्ण सहकारी बँक आणि माधवपुरा बँक या बँकांमधील गैरव्यवहारासाठी रिझर्व्ह बँकेने त्यांच्यावर थेट/प्रत्यक्ष कारवाई केली आहे.

इ) प्रसिद्धी :

रिझर्व्ह बँका मोठ्या प्रमाणातील उत्तम आर्थिक धोरणे आणि धोकादायक पतपैशांच्या आर्थिक पद्धती यांना उत्तम प्रकारे प्रसिद्धी देते. RBI बँकेच्या संबंधी पैशांच्या बाजारातील विविध प्रकार/प्रवाहांबाबत नवनविन माहिती देते. या साधनाकडे चलनविषयक धोरणाचे साधन म्हणून पाहण्यापेक्षा रिझर्व्ह बँकेचे कर्तव्य म्हणून पाहिजे जाते.

१) यंत्रणा :

i) अहवालांचे प्रकाशन :

भारतीय रिझर्व्ह बँकेद्वारे पत आणि व्यावसायिक अटींच्या संदर्भात माहिती उपलब्ध करून देणारे साप्ताहिक, मासिक आणि विशिष्ट कालावधी नियत अहवालांचे प्रकाशन करत असते. रिझर्व्ह बँक पतपुरवठा आणि व्यवसाय स्थिती यांच्याशी संबंधित माहिती वेळोवेळी पत्रके. अहवाल किंवा इतर कालिका आढावा इत्यादी मार्फत पुरवित असते. साप्ताहिके, परिपत्रके, मासिके आणि वार्षिक अहवाल यांमधून बेकायदेशीर कामांची जाहिर प्रसिद्धी केल्याने इतर बँका, बँकांशी संबंधित घटक सावध होतात.

ii) थकबाकीदारांच्या अहवालांचे प्रकाशन :

भारतीय रिझर्व्ह बँकेद्वारे विनिमयन करताना रिझर्व्ह बँकेच्या पारित केलेल्या मार्गदर्शक तत्त्वांचे पालन न करणाऱ्या बँकेच्या अहवालांचे प्रकाशन करते. बँकेचा यामागचा विचार हा गुंतवणूकदारांचया मनात कोणताही संदेश व्यवहारांच्या दरम्यान निर्माण होता कामा नये हा असतो आणि म्हणूनच रिझर्व्ह बँक अशा नैतिक बाबींपासून ग्राहकांना दूर ठेवण्याचा प्रयत्न करत असते.

२) परिणामकारकता :

i) महत्त्व :

बर्गेस नावाच्या लेखकाने जे महत्त्वाचे करार मूल्य आणि प्रसिद्धीचे महत्त्व यावर केलेले आहेत. त्यांच्या म्हणण्यानुसार, त्यांच्या दृष्टिकोन हा व्यवहारिक ठेवून नेमलेल्या धोरणांची साधने वैशिष्ट्यांनुसार परिणामकारक असतात.

ii) परिणामकारक साधने :

हे मापन साधन हे आर्थिक स्थैर्यासाठी दीर्घकालीन प्रमाणात महत्त्वाचे असतात. या मर्यादेशिवाय निवडक पतावर नियंत्रण पूर्णपणे राहू शकत नाही.

४.३ आरबीआयची चलनविषयक धोरण समिती :

चलनविषयक धोरणाचा संबंध हा मध्यवर्ती बँकेच्या चलनविषयक साधनांच्या वापराशी असतो. भारतीय रिझर्व्ह बँक अधिनियम, १९३४ नुसार जी चलनविषयक धोरणांची उद्दिष्टे सांगितलेली आहेत त्यानुसार त्या उद्दिष्टांची प्राप्ती करावी लागते. चलनविषयक धोरणांच्या संबंधी असणारे सर्वाधिकार हे भारतीय रिझर्व्ह बँकेकडे केंद्रित आहेत. चलनविषयक धोरणांची निर्मिती आणि त्यांची अंमलबजावणी हे मध्यवर्ती बँकेचे एक अनिवार्य स्वरूपाचे काम आहे.

४.३.१ चलनविषयक धोरण समितीची उद्दिष्टे :

चलनविषयक धोरण समितीची किंवा त्याच्या निर्मितीची उद्दिष्टे पुढीलप्रमाणे स्पष्ट करता येतील :

१) चलनविषयक धोरण समितीचे प्रमुख आणि प्राथमिक उद्दिष्ट म्हणजे किंमत स्थिरता राखणे. किंमत स्थिरता राखत असताना वृद्धीचे जे उद्दिष्ट आणि ध्येय आहे ते देखील लक्षात ठेवावे लागते. शाश्वत विकासासाठी किंमत स्थिरता ही एक पूर्वावश्यक बाब आहे.

२) मे, २०१६ मध्ये भारतीय रिझर्व्ह बँक अधिनियम, १९३४ मध्ये काही सुधारणा घडवून आणल्या. या केलेल्या सुधारणेनुसार लवचिक चलनवाढ आराखड्यासाठी व त्याच्या अंमलबजावणीसाठी वैधानिक संस्थेची आवश्यकता होती.

३) सुधारित भारतीय रिझर्व्ह बँक अधिनियमानुसार, चलनवाढ लक्ष्य हे भारतीय शासनाद्वारे पाच दर निर्धारित केले जाते. हे करत असताना शासनाद्वारे भारतीय रिझर्व्ह बँकेशी सल्लामसलत केली जाते. भारतीय शासनाचे कार्यकारी राजपत्र : ४ नुसार भारतीय शासनाने असे संसूचीत केलेले आहे की, ५ ऑगस्ट २०१६ ते ३१ मार्च २०२१ या कालावधीसाठीचा ग्राहक किंमत निर्देशांक हा ४ टक्के असून त्याची उच्च मर्यादा ही ६% तर नीचांक मर्यादा ही २% इतकी निर्धारित करण्यात आली.

४) केंद्र शासनाद्वारे संसूचित करण्यात आल्याप्रमाणे चलनवाढीची उद्दिष्टे प्राप्त करण्यातील निर्माण होणारे अडथळे पुढीलप्रमाणे आहेत :

i) सरासरी चलनवाढ ही सलग तीन तिमाही मध्ये उच्च ग्राह्य स्तरापेक्षा जास्त असेल तर किंवा

ii) सरासरी चलनवाढ ही जर सलग तिमाहीत नीचांकी मर्यादेपेक्षा ग्राह्य स्तरापेक्षा कमी असेल तर चलनवाढीचा ध्येय प्राप्त करण्यात मर्यादा निर्माण होते.

५) मे, २०१६ मध्ये भारतीय रिझर्व्ह बँक अधिनियमामध्ये सुधारणा घडवून आणण्यापूर्वी लवचिक चलन वाढ लक्ष्य आरखडा हा शासन आणि भारतीय रिझर्व्ह बँक या दोहोंमध्ये कराराद्वारे निर्धारित केला जात असे.

४.३.२ चलनविषयक धोरण समितीचा आराखडा :

चलनविषयक धोरण समितीचा आराखडा पुढीलप्रमाणे स्पष्ट करता येईल :

१) सुधारित भारतीय रिझर्व्ह बँक अधिनियमानुसार भारतीय रिझर्व्ह बँकेद्वारे देशातील चलनविषयक धोरण आराखड्याच्या अंमलबजावणीसाठी वैधानिक आदेश देईल.

२) या आराखड्यानुसार रेपो दर हा चालू/सद्यकालीन आणि बदलत जाणाऱ्या समग्र आर्थिक स्थितीचे आणि रेपो दर च्या संदर्भातील नाणेबाजारातील जे दर आहेत त्यांची जी तरलता आहे तिच्या मूल्यांकनाद्वारे निर्धारित केले जातील. रेपो दरामधील बदल हे नाणेबाजार पासून ते वित्तीय प्रणालीमध्ये होणारे जे बदल आहेत त्या बदलामुळे होत जातात.

३) एकदा रेपो दराची घोषणा केली गेल्यानंतर भारतीय रिझर्व्ह बँकेद्वारे कार्य संचालन आराखड्याचे निर्धारण केले जाते. या आराखड्याद्वारे तरलता व्यवस्थापनच्या आधारावरती दैनंदिन उचित कामाची परिकल्पना दिली जाते. ज्याचे ध्येय हे भारीत सरासरी मागणी दराच्या माध्यमातून रेपो दराची पूर्तता करण्याचे ध्येय ठरवले जाते.

४) कार्य संचालन आराखड्याला वित्तीय बाजारपेठ आणि चलनविषयक स्थितीच्या आधारे संचालित आणि संशोधित केले जाते. ज्यामुळे चलनविषयक धोरणामध्ये सातत्य राखले जाते. तरलता व्यवस्थापन आराखड्यामध्ये एप्रिल २०१६ मध्ये सुधारणा केल्या गेल्या होत्या.

४.३.३ चलनविषयक धोरण समितीची रचना :

भारतीय रिझर्व्ह बँक अधिनियम, १९३४ च्या कलम ४५ झेडबी नुसार केंद्र शासनाद्वारे चलनविषयक धोरण समितीची स्थापना केली जाते. त्यानुसार उर्जित पटेल समितीच्या शिफारशीवर आधारित चलनविषयक धोरण समितीची स्थापना सप्टेंबर २०१६ रोजी करण्यात आली. त्यांनी सुरुवातीला पाच सदस्यीय चलनविषयक धोरण समिती स्थापन करण्याची कल्पना मांडली – तीन सदस्य आरबीआयचे आणि दोन सदस्य सरकारने नामनिर्देशित केले. नंतर शासनाने सात सदस्यीय समितीची सूचना केली. पुढील वाटाघाटीमुळे सहा सदस्य असणारी सध्याची रचना झाली. सध्याच्या चलनविषयक धोरण समितीची रचना खालीलप्रमाणे आहे.

१) भारतीय रिझर्व्ह बँकेचे गव्हर्नर – अध्यक्ष, पदसिद्ध – शक्तिकांत दास

२) चलनविषयक धोरणाचे प्रभारी बँकेचे डेप्युटी गव्हर्नर – मायकेल देब्राटा पात्रा

३) चलनविषयक धोरणाचे प्रभारी बँकेचे कार्यकारी संचालक – राजीव रंजन

४) आशिमा गोयल या पंतप्रधान नरेंद्र मोदी यांच्या आर्थिक सल्लागार समितीच्या सदस्य आहेत. सुश्री गोयल मुंबईतील इंदिरा गांधी इन्स्टिट्यूट ऑफ डेव्हलपमेंट रिसर्चमध्ये प्राध्यापक आहेत आणि येल विद्यापीठात व्हिजिटिंग फेलो होत्या.

५) शशांक भिडे हे नॅशनल कौन्सिल फॉर अप्लाइड इकॉनॉमिक रिसर्च, नवी दिल्ली स्थित थिंक टँकचे वरिष्ठ सल्लागार आहेत, ज्यांच्या कार्यामध्ये कृषी, दारिद्र्य विश्लेषण आणि समग्र अर्थशास्त्रातील संशोधन समाविष्ट आहे.

६) जयंत वर्मा हे इंडियन इन्स्टिट्यूट ऑफ मॅनेजमेंट, अहमदाबाद येथे फायनान्स आणि अकाउंटिंगचे प्राध्यापक आहेत. ते पूर्वी देशाच्या भांडवल बाजार नियामक मंडळावर होते.

वरील ४ ते ६ पर्यंत संदर्भित सदस्य, नियुक्तीच्या तारखेपासून चार वर्षांच्या कालावधीसाठी पद धारण करतील तर इतर तीन सदस्य अधिकृत असतील. केंद्र सरकारच्या नामनिर्देशित व्यक्तींपैकी कोणीही पुनर्नियुक्तीसाठी पात्र नाही.

४.३.४ चलनविषयक धोरण समितीची कार्ये :

चलनविषयक धोरण समितीची मुख्य उद्दिष्टे आणि कार्ये म्हणजे व्यवसाय चक्रात संतुलन राखणे, जीडीपी आणि आर्थिक वृद्धीचा दर वाढवणे व महागाईचा दर कमी करणे. चलनविषयक धोरण समितीची कार्ये खालीलप्रमाणे आहेत.

१) धोरण दर निश्चित करणे :

रेपो रेट, रिव्हर्स रेपो रेट आणि मार्जिनल स्टँडिंग फॅसिलिटी (एमएसएफ) दर यासारखे धोरण दर निश्चित करण्यासाठी चलनविषयक धोरण समिती जबाबदार आहे. हे दर बँकांसाठी कर्ज घेण्याच्या खर्चावर परिणाम करतात, पत उपलब्धतेवर आणि अर्थव्यवस्थेतील एकूण पैशाच्या पुरवठ्यावर परिणाम करतात.

२) चलनविषयक धोरण तयार करणे :

ही समिती चलनवाढ, वाढीच्या शक्यता आणि इतर संबंधित घटकांसह आर्थिक निर्देशकांवर चर्चा करते. या मूल्यांकनांच्या आधारे चलनविषयक धोरण समिती आर्थिक विकासाला पाठिंबा देताना सरकारने ठरवून दिलेले चलनवाढीचे लक्ष्य गाठण्यासाठी आर्थिक धोरणासाठी योग्य भूमिका ठरवते.

३) धोरण निर्णय घेणे :

चलनविषयक धोरण समितीचे सदस्य चलनविषयक धोरणाच्या कृतींवर सामूहिक निर्णयावर पोहोचण्यासाठी विविध दृष्टीकोन आणि तज्ञांना एकत्र आणून चर्चा आणि वादविवाद करण्यात गुंतलेले असतात. समितीच्या निर्णय प्रक्रियेत योगदान देऊन प्रत्येक सदस्य माहिती आणि शिफारसी प्रदान करतो.

४) पारदर्शकता वाढवणे :

चलनविषयक धोरण समितीच्या बैठका आणि निर्णय पारदर्शक असतात व जनतेला कळवले जातात. समिती बैठकीची मिनिटे, विधाने आणि धोरणात्मक निर्णयांमागील तर्क, पारदर्शकता वाढवणे आणि धोरण चौकट समजून घेणारे अहवाल प्रकाशित करते.

५) जबाबदारी :

सरकारचे महागाईचे लक्ष्य साध्य करण्यासाठी चलनविषयक धोरण समिती जबाबदार असते. लक्ष्याचे पालन सुनिश्चित करून, समिती देशाच्या एकूण आर्थिक उद्दिष्टांमध्ये योगदान देऊन किंमत स्थिरता राखण्यासाठी आपली जबाबदारी पार पाडते.

६) आर्थिक विश्लेषण आणि अंदाज :

समिती आर्थिक निर्देशकांचे मूल्यांकन करते, आर्थिक विश्लेषण करते आणि भविष्यातील आर्थिक प्रवृत्तींचा अंदाज लावते. हे विश्लेषण प्रचलित आर्थिक परिस्थितीशी सुसंगत असलेले चलनविषयक धोरण तयार करण्यात मदत करते.

एकंदरीत, चलनविषयक धोरण समिती देशाच्या चलनविषयक धोरणाला आकार देण्यात, किंमत स्थिरता राखण्यात, आर्थिक वृद्धीस पाठिंबा देण्यासाठी आणि धोरणनिर्मिती प्रक्रियेमध्ये पारदर्शकता आणि उत्तरदायित्व सुनिश्चित करण्यात महत्त्वपूर्ण भूमिका बजावते.

▶ ४.४ मागील पाच वर्षांतील आरबीआयच्या चलनविषयक धोरणाचा आढावा :

आरबीआयचे मागील पाच वर्षातील चलनविषयक धोरण विशेषत: अभूतपूर्व कोविड-१९ संकटादरम्यान; किमतीची स्थिरता राखणे, वाढीला समर्थन देणे, तरलता व्यवस्थापित करणे आणि आर्थिक आव्हानांना तोंड देणे यासंदर्भात होते. मध्यवर्ती बँकेने विकसित होत असलेल्या आर्थिक परिदृश्याशी समायोजन करण्यासाठी आणि शाश्वत आर्थिक पुनर्प्राप्तीला प्रोत्साहन देण्यासाठी पारंपारिक आणि अपारंपरिक उपायांचे मिश्रण वापरले.

४.४.१ आरबीआयच्या चलनविषयक धोरणाचे पुनरावलोकन :

मागील पाच वर्षांत भारतीय रिझर्व्ह बँकेने (आरबीआय) देशांतर्गत आणि जागतिक आव्हानांनी चिन्हांकित केलेल्या गतिशील आर्थिक परिदृश्यात समायोजन केले. या कालावधीत चलनविषयक धोरणांच्या चौकटीत बदल, विविध धोरणात्मक दर बदल आणि आर्थिक घडामोडींना प्रतिसाद म्हणून सक्रिय उपाय योजले गेले.

१) चलनविषयक धोरण चौकटीत बदल :

या काळात चलनवाढीचे लक्ष्यीकरण हा चलनविषयक धोरणाचा केंद्रबिंदू बनला. आरबीआयने चलनविषयक धोरण समिती (MPC) च्या मार्गदर्शनाखाली, एक लवचिक चलनवाढ लक्ष्यीकरण चौकट स्वीकारली. या धोरणाचा उद्देश ग्राहक किंमत निर्देशांक (CPI) महागाई वाढीला सहाय्यक उपायांना अनुमती देताना एका विशिष्ट मर्यादेत राखणे हा आहे.

२) धोरण दर समायोजन :

आरबीआयने रेपो रेट, रिव्हर्स रेपो रेट आणि मार्जिनल स्टँडिंग फॅसिलिटी रेट यासारख्या प्रमुख धोरण दरांमध्ये महत्त्वपूर्ण समायोजन केले. बदलत्या आर्थिक परिस्थितीला प्रतिसाद म्हणून रेपो दर, जे बँकांसाठी कर्ज घेण्याच्या खर्चावर परिणाम करतात त्यात कपात आणि अधूनमधून वाढ झाली. हे दर बदल आर्थिक वृद्धीस चालना देण्याच्या गरजेसह चलनवाढीच्या समस्येचा समतोल साधण्याचा उद्देश आहेत.

३) आर्थिक मंदी आणि पुनर्प्राप्ती :

मागील पाच वर्षांत भारताच्या आर्थिक वाटचालीत चढ-उतार दिसून आले. सुरुवातीच्या वर्षांमध्ये वाढीचा दर मध्यम होता, त्यानंतर नोटाबंदी आणि वस्तू व सेवा कर (GST) ची अंमलबजावणी यासारख्या जागतिक आणि देशांतर्गत घटकांचा प्रभाव असलेल्या मंदीचा कालावधीमुले रिझर्व्ह बँकेने उपभोग आणि गुंतवणुकीला चालना देण्यासाठी दर कमी करून अनुकूल उपायांद्वारे प्रतिसाद दिला.

४) साथीच्या रोगास प्रतिसाद आणि अपारंपरिक उपाय :

२०२० मध्ये कोविड-१९ साथीच्या रोगाचा प्रादुर्भाव झाल्याने आरबीआय कडून जलद आणि अपारंपरिक प्रतिसादांची आवश्यकता होती. मध्यवर्ती बँकेने सक्रिय भूमिका स्वीकारून दर लक्षणीयरीत्या कमी केले, खुल्या बाजार कार्यपद्धती आणि लक्ष्यित दीर्घकालीन रेपो कार्यपद्धती (TLTROs) याद्वारे प्रणालीमध्ये तरलता इंजेक्ट केली आणि आर्थिक ताण कमी करण्यासाठी नियामक उपायांची घोषणा केली.

५) वित्तीय स्थिरता आणि बँकिंग क्षेत्रातील सुधारणा :

आरबीआयने आर्थिक स्थैर्य वाढवण्यावर आणि बँकिंग क्षेत्रातील सुधारणांची अंमलबजावणी करण्यावरही लक्ष केंद्रित केले. यासाठीच्या उपायांमध्ये - तणावग्रस्त मालमत्तेची पुनर्रचना करणे, बँकांमधील प्रशासन आणि पारदर्शकता सुधारणे तसेच वित्तीय प्रणाली मजबूत करण्यासाठी नियामक बदलांचा समावेश आहे.

६) महागाई व्यवस्थापन आणि अग्रेषित मार्गदर्शन :

वृद्धीस प्राधान्य देताना आरबीआयने महागाई व्यवस्थापित करण्यासाठी आपली वचनबद्धता कायम ठेवली. महागाई लक्ष्यित मर्यादेत राहील याची खात्री करण्यासाठी अग्रेषित मार्गदर्शन प्रदान केले, आर्थिक पुनर्प्राप्तीला समर्थन देण्याची गरज असलेल्या महागाई नियंत्रणात समतोल राखण्यासाठी विविध धोरणात्मक साधनांचा उपयोग करून हे साध्य करण्यात आले.

७) संवाद आणि पारदर्शकता :

आरबीआयने आपल्या चलनविषयक धोरणातील कृतींमध्ये संवाद आणि पारदर्शकता वाढविण्यावर भर दिला. चलनविषयक समितीच्या बैठका आणि निर्णयांमध्ये तपशीलवार इतिवृत्ते, अहवाल आणि प्रेस रीलिझ होते, ज्यामुळे हितधारकांना धोरणात्मक हालचालींमागील तर्क समजण्यास मदत प्राप्त होते.

८) क्षेत्रीय लक्ष आणि लक्ष्यित उपाय :

आरबीआयने कृषी, सूक्ष्म, लघु व मध्यम उपक्रम आणि बिगर बँकिंग वित्तसंस्था सारख्या महत्त्वाच्या क्षेत्रातील आव्हानांना तोंड देण्यासाठी क्षेत्र-विशिष्ट उपाययोजना सादर केल्या. या लक्ष्यित उपक्रमांचे उद्दिष्ट आर्थिक पुनरुज्जीवन आणि प्रमुख क्षेत्रांमध्ये रोजगार निर्मितीला समर्थन देण्याचे आहे.

९) जागतिक आर्थिक एकत्रीकरण :

जागतिक आर्थिक बदलांचा देशांतर्गत आर्थिक गतिशीलतेवरील प्रभाव लक्षात घेऊन आरबीआयने बाह्य घडामोडींचा विचार केला. आधिक्य प्रभाव आणि बाह्य अनिश्चितता संबोधित करण्यासाठी धोरण सुत्रीकरण करण्यात आले.

१०) ग्राहक आणि व्यावसायिक भावनांवर परिणाम :

चलनविषयक धोरण निर्णयांनी ग्राहक आणि व्यावसायिक भावनांवर लक्षणीय परिणाम केला, खर्च, गुंतवणूक आणि कर्ज घेण्याच्या वर्तनावर परिणाम झाला. कमी व्याजदराने कर्ज आणि गुंतवणुकीला प्रोत्साहन दिले, तर अधूनमधून दर वाढीमुळे बाजारातील सहभागींमध्ये सावधगिरी बाळगली गेली.

११) अनिश्चिततेमध्ये लवचिकता :

आरबीआयने लवचिकता आणि अनुकूलता दाखवली, विकसित होत असलेल्या आर्थिक परिस्थिती आणि आव्हानांशी समायोजन करण्यासाठी धोरणे त्वरेने समायोजित केली. वित्तीय स्थिरता सुनिश्चित करणे, वित्तीय व्यवस्थेतील जोखीम आणि भेद्यता कमी करणे हे या सक्रिय उपायांचे उद्दिष्ट आहे.

१२) भविष्यातील आव्हाने आणि दृष्टीकोन :

पुढील काळात आरबीआयला महामारीनंतरच्या आर्थिक पुनर्प्राप्ती, चलनवाढीचे व्यवस्थापन आणि विकसित होत असलेल्या जागतिक आणि देशांतर्गत आर्थिक परिदृश्यांमध्ये वित्तीय स्थैर्य सुनिश्चित करणे यामधील नाजूक संतुलन राखण्याची आव्हाने आहेत.

४.४.२ आरबीआयच्या चलनविषयक धोरणाची कामगिरी :

भारतीय रिझर्व्ह बँकेच्या (आरबीआय) चलनविषयक धोरणाची मागील पाच वर्षांतील कामगिरी खालील मुद्यांद्वारे स्पष्ट केली आहे :

१) महागाई व्यवस्थापन :

महागाई-लक्ष्यीकरण चौकटीसाठी आरबीआयच्या वचनबद्धतेमुळे लक्ष्यित मर्यादेत महागाई व्यवस्थापित करण्यासाठी सतत प्रयत्न केले गेले. अंशांकन धोरण दर समायोजन आणि सक्रिय उपायांद्वारे मध्यवर्ती बँकेने चलनवाढीच्या अपेक्षांवर नियंत्रण ठेवण्यात, किंमत स्थिरता सुनिश्चित करण्यात आणि व्यापक आर्थिक अंदाज वाढविण्यात यश मिळविले.

२) आर्थिक स्थिरता :

विविध देशांतर्गत आणि जागतिक आव्हानांमध्ये आर्थिक स्थिरता राखण्यात चलनविषयक धोरणाने महत्त्वपूर्ण भूमिका बजावली. संरचनात्मक सुधारणा आणि बाह्य धक्क्यांमुळे मंदीच्या काळात अर्थव्यवस्थेला आधार मिळाला, ज्यामुळे व्यवसाय आणि गुंतवणूकदारांना स्थिर पर्यावरण उपलब्ध झाले.

३) व्याजदर व्यवस्थापन :

आर्थिक मंदीच्या काळात अनेक दर कपातीद्वारे आणि महागाईच्या दबावादरम्यान हळूहळू वाढीद्वारे व्याजदरांचे आरबीआयच्या निपुण व्यवस्थापनाने वाढीला समर्थन देणे आणि चलनवाढ नियंत्रित करणे, कर्ज घेण्यास अनुकूल वातावरण निर्माण करणे यामधील समतोल साधला.

४) कोविड–१९ प्रतिसाद :

साथीच्या रोगामुळे उद्भवलेल्या संकटाला प्रतिसाद म्हणून, आरबीआयने अपारंपरिक उपाययोजना त्वरेने अंमलात आणल्या. आर्थिक ताण कमी करणे, तरलता टिकवून ठेवणे आणि साथीच्या रोगामुळे प्रभावित झालेल्या क्षेत्रांना कर्जाचा प्रवाह सुनिश्चित करणे या उद्देशाने भरीव दर कपात, तरलता ओतणे आणि नियामक शिथिलता हे उपाय योजले गेले.

५) वित्तीय क्षेत्रातील लवचिकता :

वित्तीय क्षेत्राची लवचिकता वाढवण्यावर चलनविषयक धोरणाचा भर आहे. तणावग्रस्त मालमत्तेची पुनर्रचना, जोखीम व्यवस्थापन पद्धती मजबूत करणे आणि प्रशासन सुधारणे यासारख्या उपायांनी बँका आणि वित्तीय संस्थांच्या स्थिरतेस चालना दिली.

६) धोरण दरांचे प्रसारण :

प्रसारण यंत्रणा सुधारण्याच्या प्रयत्नांमुळे कर्जदारांना अधिक प्रभावी धोरण दर पार झाला. यामुळे ग्राहकांना आणि व्यवसायांना कर्ज घेण्याच्या खर्चात कपात करून अर्थव्यवस्थेतील कर्ज प्रवाहाला चालना देऊन मूर्त लाभ झाला.

७) क्षेत्रीय समर्थन :

आरबीआयने कृषी, एमएसएमई आणि एनबीएफसीसारख्या प्रमुख क्षेत्रांना लक्ष्यित समर्थन प्रदान केले आणि आर्थिक वृद्धीस चालना देण्यासाठी त्यांचे महत्त्व ओळखले. आव्हानांना तोंड देण्यासाठी आणि त्यांची लवचिकता वाढवण्यासाठी क्षेत्र–विशिष्ट उपक्रम सुरू करण्यात आले.

८) वर्धित संवाद :

आरबीआयने संप्रेषण धोरण सुधारले ज्यामुळे पारदर्शकता वाढली आणि चलनविषयक धोरण निर्णयांबद्दल भागधारकांची समज सुधारली. तपशीलवार अहवाल, प्रेस रीलिझ चांगले अंदाज आणि विश्वासार्हतेसाठी योगदान देतात.

९) स्थूल आर्थिक समन्वय :

आरबीआयचे चलनविषयक धोरण एकूण अर्थव्यवस्थेला आधार देण्यासाठी राजकोषीय उपायांना पूरक ठरले. चलनविषयक आणि राजकोषीय धोरणांमधील समन्वयाने आव्हानात्मक काळात अर्थव्यवस्थेला स्थिर ठेवण्यास हातभार लावला आणि पुनर्प्राप्तीच्या प्रयत्नांना मदत केली.

१०) बाजार स्थिरता :

वित्तीय बाजारपेठांमध्ये स्थिरता राखणे, पुरेशी तरलता सुनिश्चित करणे आणि अत्यधिक अस्थिरता रोखणे हा चलनविषयक धोरणाच्या उपायांचा उद्देश आहे. या कृतींमुळे बाजारपेठेत आत्मविश्वास आणि धक्क्यांविरूद्ध लवचिकता निर्माण झाली.

११) डिजिटल पेमेंट्सचा प्रचार :

आरबीआयने डिजिटल पेमेंटला सक्रियपणे प्रोत्साहन दिले, वित्तीय समावेशनाला चालना दिली आणि रोख व्यवहारांवर अवलंबून राहणे कमी केले. युनिफाइड पेमेंट्स इंटरफेस (UPI) आणि फिनटेक नवकल्पनांसाठी नियामक समर्थन यासारख्या उपक्रमांनी डिजिटल पेमेंट परिसंस्थेला चालना दिली.

१२) धोरण अनुकूलता :

या संपूर्ण कालावधीत आरबीआयने बदलत्या आर्थिक परिस्थितीशी जुळवून घेण्याची क्षमता आणि प्रतिसाद दर्शविला. मध्यवर्ती बँकेने त्वरेने धोरणे समायोजित केली, विकसित होणारी आव्हाने आणि अनिश्चितता हाताळण्यात तत्परता दाखवली.

४.४.३ आरबीआयच्या चलनविषयक धोरणातील उणीवा किंवा आव्हाने :

भारतीय रिझर्व्ह बँकेच्या (आरबीआय) चलनविषयक धोरणातील मागील पाच वर्षांतील उणिवा किंवा आव्हाने खालीलप्रमाणे आहेत :

१) मर्यादित प्रसारण :

धोरण दर समाजोजन असूनही प्रेषण यंत्रणेद्वारे कर्जदारांना दर बदल प्रभावीपणे पार पाडण्यात आव्हानांचा सामना करावा लागला. दर कपात प्रसारित करण्यास बँकांच्या अनिच्छेचा परिणाम विलंबित किंवा अपूर्ण प्रसारणात झाला, ज्यामुळे कर्ज दर आणि पत उपलब्धतेवर अपेक्षित परिणाम होण्यास अडथळा निर्माण झाला.

२) विशिष्ट क्षेत्रांसाठी अपुरा पतपुरवठा :

काही क्षेत्रांना विशेषत: सूक्ष्म, लघु आणि मध्यम उद्योगांना (एमएसएमई) मर्यादित कर्ज उपलब्धतेचा सामना करावा लागला. क्षेत्रीय समर्थन उपाय असूनही या संस्थांनी परवडणाऱ्या पतपुरवठ्यासाठी मर्यादित प्रवेशाद्वारे संघर्ष सुरू ठेवला, ज्यामुळे त्यांची वृद्धी आणि रोजगार निर्मिती क्षमता प्रभावित झाली.

३) महागाई नियंत्रणातील आव्हाने :

चलनवाढ मुख्यत्वे लक्ष्यित श्रेणींमध्येच राहिली असली तरी, जागतिक वस्तूंच्या किंमतीतील चढ-उतारांसारख्या बाह्य घटकांमुळे अधूनमधून विचलन झाले. या क्षणिक विचलनांमुळे चलनवाढीच्या अपेक्षांना अपेक्षित बँडमध्ये सातत्याने संचालित करण्यात आव्हाने निर्माण झाली.

४) उच्च अनुत्पादित मत्ता (NP) :

बँकिंग क्षेत्र उच्च पातळीच्या अनुत्पादित मत्तेशी झगडत राहिले. विविध योजनांद्वारे तणावग्रस्त मालमत्तेचे निराकरण करण्याचा प्रयत्न असूनही, अनुत्पादित मत्ता ही चिंता कायम राहिली, ज्यामुळे बँकांच्या कर्ज क्षमता आणि एकूण आर्थिक शेतीवर परिणाम झाला.

५) नाजूक आर्थिक क्षेत्र :

आर्थिक क्षेत्राची नाजूकता कायम राहिली, ज्यामुळे स्थिरतेला धोका निर्माण झाला. काही वित्तीय संस्थांमधील प्रशासनातील कमकुवतपणा, जोखीम व्यवस्थापन पद्धती आणि भांडवल पर्याप्ततेचे गुणोत्तर निराकरण झाले नाही, ज्यामुळे प्रणालीगत स्थिरतेवर संभाव्य परिणाम झाला.

६) तरलता व्यवस्थापन समस्या :

तरलता प्रभावीपणे व्यवस्थापित करण्यासाठी आरबीआयला आव्हानांचा सामना करावा लागला. अशी काही उदाहरणे आहेत जिथे तरलता अधिशेष किंवा तूट परिस्थिती कायम राहिली, ज्यामुळे मुद्रा बाजाराच्या दरांवर परिणाम झाला आणि धोरणात्मक उपायांच्या प्रसारणात अडथळा निर्माण झाला.

७) जागतिक आर्थिक अनिश्चितता :

जागतिक व्यापार तणाव आणि भू-राजकीय अनिश्चितता यासारख्या बाह्य घटकांनी देशांतर्गत चलनविषयक धोरणाला आव्हाने दिली आहेत. या बाह्य गतिशीलतेने केवळ देशांतर्गत समग्र आर्थिक उद्दिष्टांवर लक्ष केंद्रित करण्याच्या आरबीआयच्या क्षमतेवर प्रभाव टाकला.

८) दर कपातीची मर्यादित परिणामकारकता :

उत्तेजक गुंतवणूक आणि उपभोगावर दर कपातीचा प्रभाव मर्यादित राहिला. उत्तेजक मागणीमध्ये पारंपारिक चलनविषयक धोरण साधनांची कमी परिणामकारकता दिसून आली, विशेषत: दबलेल्या व्यावसायिक भावनेत हे दिसून आले.

९) जोखीम-प्रतिरोधी बँकिंग क्षेत्र :

बँकिंग क्षेत्राने जोखीम-प्रतिरोधी वर्तन दाखवले, ज्यामुळे पुराणमतवादी कर्ज देण्याच्या पद्धती सुरू झाल्या. मालमत्तेची गुणवत्ता आणि वित्तीय अनिश्चिततेच्या चिंतेमुळे बँकांनी सावध कर्ज देण्याच्या पद्धतींचा अवलंब केला, ज्यामुळे कर्ज वितरणावर परिणाम झाला.

१०) वित्तीय तूट दबाव :

राजकोषीय अडचणींमुळे चलनविषयक धोरणाच्या परिणामकारकतेवर मर्यादा आल्या. मर्यादित राजकोषीय जागेमुळे राजकोषीय समर्थनाची व्याप्ती मर्यादित राहिली, ज्यामुळे आर्थिक विकासाला चालना देण्यासाठी चलनविषयक धोरणावर अधिक भार पडतो.

११) बचतकर्त्यांवर परिणाम :

सतत दर कपातीमुळे बचतकर्ते आणि निश्चित उत्पन्न मिळवणाऱ्यांवर परिणाम झाला, बचत आणि मुदत ठेवींवरील परतावा कमी झाला. याचा परिणाम सेवानिवृत्त आणि निश्चित उत्पन्न साधनांवर अवलंबून असलेल्यांच्या उत्पन्नावर झाला.

१२) अनुकूलता आव्हाने :

आरबीआयने अनुकूलता दर्शवली असताना, आर्थिक परिस्थितीतील बदलांच्या वेगामुळे अधूनमधून विलंबित किंवा प्रतिक्रियाशील धोरण प्रतिसाद मिळतो, धोरणात्मक उपायांची समयोचितता आणि परिणामकारकता याला आव्हान प्राप्त होते.

▶ ४.५ आरबीआयने चलनविषयक धोरण संदर्भात जाहीर केलेले सद्यकालीन बदल :

भारतीय रिझर्व्ह बँकेच्या चलनविषयक धोरण समितीने प्रमुख धोरण रेपो दर ६.५% वर अपरिवर्तित ठेवला आहे. चलनविषयक धोरण समितीने रेपो दरावर यथास्थिती ठेवण्याचा निर्णय घेतलेली ही तिसरी बैठक होती. चलनविषयक धोरण समितीने फेब्रुवारी २०२३ झालेल्या बैठकीत हा दर ६.२५ टक्क्यांवरून ६.५० टक्क्यांपर्यंत वाढवला होता. वित्तीय वर्ष २०२४ मध्ये भारताचा GDP ६.५% दराने वाढण्याची शक्यता आहे, असे आरबीआय गव्हर्नर शक्तीकांत दास यांनी सांगितले. आरबीआयने वित्तीय वर्ष २०२४ साठी चलनवाढीचा दर ५.४% ठेवला आहे. आरबीआय गव्हर्नर यांच्या मतानुसार, भारतीय अर्थव्यवस्था हे जागतिक अर्थव्यवस्थेतील उज्ज्वल क्षेत्र आहे. रिझर्व्ह बँकेने नजीक क्षेत्री संसूचन वापरून UPI च्या ऑफलाइन पेमेंटला परवानगी दिली आहे. मध्यवर्ती बँकेने UPI द्वारे पेमेंट मर्यादा २०० रुपयांवरून ५०० रुपये केली. गृहकर्ज, इतर कर्जदार स्थिर-दर पद्धतीवर स्थलांतर करू शकतात.

आरबीआयने रेपो दर ६.५% वर कायम ठेवला आहे. रेपो दराव्यतिरिक्त, आरबीआय गव्हर्नर यांनी मध्यवर्ती बँकेचे GDP अंदाज, चलनवाढीचा दृष्टीकोन, तरलता, समग्र अर्थव्यवस्था, UPI पेमेंट इत्यादींशी संबंधित अनेक घोषणा केल्या आहेत. रिझर्व्ह बँकेचे गव्हर्नर शक्तिकांत दास यांनी जाहीर केलेल्या द्विमासिक पतधोरणाचे ठळक मुद्दे पुढीलप्रमाणे आहेत :

१) भारतीय रिझर्व्ह बँकेने मुख्य धोरण रेपो दर ६.५ टक्के कायम ठेवला आहे. चलनविषयक धोरण समितीने रेपो दरावर यथास्थिती ठेवण्याचा निर्णय घेतलेली ही तिसरी बैठक आहे.

२) आरबीआयने कायम ठेवले आहे की, वृद्धीला समर्थन देताना महागाई क्रमशः लक्ष्याशी जुळते याची खात्री करण्यासाठी अनुकूल धोरण मागे घेण्यावर लक्ष केंद्रित केले जाईल.

३) वित्तीय वर्ष २०२४ साठी GDP वाढीचा अंदाज ६.५ टक्के राखून ठेवला आहे

४) आरबीआयने किरकोळ सुधारित महागाईचा अंदाज ५.४ टक्के केला आहे. मध्यवर्ती बँकेच्या म्हणण्यानुसार, भाज्यांच्या किमतीत वाढ झाल्यामुळे नजीकच्या काळात चलनवाढीच्या मार्गावर मोठ्या प्रमाणात ऊर्ध्वगामी दबाव येऊ शकतो.

५) EMI-आधारित तरलता व्याज कर्जाच्या व्याजदर पुनर्संचयनामध्ये अधिक पारदर्शकता सुनिश्चित करण्यासाठीआरबीआय पावले उचलेल. कर्जदारांना स्तिर दर कर्जावर स्थित्यंतर करण्याचे किंवा कर्जाच्या फोरक्लोजरचे पर्याय मिळतील

६) रिझर्व्ह बँक UPI पेमेंटमध्ये कृत्रिम बुद्धिमत्ता (AI) ची योजना करत आहे. नियर फील्ड कम्युनिकेशन (NFC) तंत्रज्ञान UPI-Lite द्वारे ऑफलाइन पेमेंटमध्ये तैनात केले जाईल.

७) आरबीआयने UPI-Lite मधील लहान मूल्याच्या डिजिटल पेमेंटसाठी व्यवहार मर्यादा ₹२०० वरून ₹५०० पर्यंत वाढवण्याचा प्रस्ताव दिला आहे.

८) बँकिंग सिस्टीममध्ये ₹ २००० च्या नोटांच्या परताव्यासारख्या विविध घटकांमुळे निर्माण होणारी अतिरिक्त तरलता शोषून घेण्यासाठी, आरबीआयने बँकांना त्यांच्या ठेवींमध्ये १९ टक्के आणि मे २०२३ दरम्यान वाढीव १० टक्के वाढीव रोख राखीव प्रमाण (ICRR) राखण्यास सांगितले आहे.

९) आरबीआय गव्हर्नर शक्तीकांत दास यांनी जाहीर केले आहे की रोख राखीव प्रमाण (CRR) ४.५ टक्क्यांवर कायम आहे.

१०) आरबीआयच्या अंदाजानुसार, चालू खात्यातील तूट वित्तीय वर्ष २०२४ मध्ये ठळकपणे आटोपशीर राहील.

११) आरबीआय रेट सेटिंग पॅनेलच्या (MPC) पुढील बैठकित आणखी काही बदल सुचविले जातील.

बहुविकल्पी प्रश्न

१) विस्तारित चलनविषयक धोरणाचे उद्दिष्ट पैशाचा पुरवठा वाढवून आणि --------- कमी करून आर्थिक वृद्धीस चालना देण्याचे आहे.

अ) महागाई ब) व्याजदर क) कर ड) बचत

२) चलन पुरवठा कमी करून आणि --------- वाढवून महागाई रोखण्यासाठी आकुंचनात्मक चलनविषयक धोरण लागू केले जाते.

अ) महागाई ब) व्याजदर क) कर ड) बचत

३) चलनविषयक धोरणाच्या परिमाणात्मक साधनांमध्ये खुल्या बाजारातील कार्यपद्धती, --------- गुणोत्तर आणि तरलता समायोजन यांचा समावेश होतो.

अ) व्याज ब) कर क) राखीव ड) महागाई

४) चलनविषयक धोरणाची गुणात्मक साधने क्रेडिटच्या प्रमाणापेक्षा --------- प्रभावित करण्यावर लक्ष केंद्रित करतात.

अ) प्रमाण ब) व्याज क) कर ड) गुणवत्ता

५) आरबीआयची चलनविषयक धोरण समिती (MPC) महागाईचे लक्ष्य साध्य करण्यासाठी --------- दर निश्चित करण्यासाठी जबाबदार आहे.

अ) व्याज ब) कर क) देवाणघेवाण ड) महागाई

६) चलनविषयक धोरण समितीच्या रचनेत भारतीय रिझर्व्ह बँकेचे प्रतिनिधी आणि ---------- सदस्य समाविष्ट आहेत.

अ) पाच ब) सहा क) सात ड) आठ

७) चलनविषयक धोरण समितीच्या कार्यांपैकी एक म्हणजे राजकोषीय आणि आर्थिक परिस्थितीचा ---------- वर अहवाल सादर करणे.

अ) स्थिरता ब) व्याजदर क) महागाई ड) कर

८) आरबीआयद्वारे चलनविषयक धोरणाचे अवलोकन ---------- कालावधीतील राजकोषीय आणि आर्थिक घडामोडींचे मूल्यांकन करते.

अ) एक वर्ष ब) दोन वर्षे क) तीन वर्षे ड) पाच वर्षे

९) मागील पाच वर्षांत आरबीआयने ---------- आव्हानांना सामोरे जाण्यासाठी विस्तारक आणि आकुंचन धोरण दोन्ही लागू केले आहे.

अ) आर्थिक ब) राजकीय क) सामाजिक ड) पर्यावरणीय

१०) आरबीआयने जाहीर केलेल्या अलीकडील धोरणातील बदलांमध्ये आर्थिक पुनर्प्राप्तीस समर्थन देण्यासाठी ---------- मधील समायोजनांचा समावेश आहे.

अ) महागाईचे लक्ष्य ब) व्याजदर क) कर दर ड) विनिमय दर

११) रेपो दर बदलण्याच्या चलनविषयक धोरण समितीच्या निर्णयाचा अर्थव्यवस्थेतील ---------- दरांवर परिणाम होतो.

अ) कर ब) महागाई क) व्याज ड) देवाणघेवाण

१२) विस्तारात्मक चलनविषयक धोरणामुळे ---------- क्रियाकलाप आणि रोजगार निर्मिती वाढू शकते.

अ) बचत ब) महागाई क) कर आकारणी ड) आर्थिक

१३) आकुंचनात्मक चलनविषयक धोरणाचा वापर सामान्यत: जास्त गतिशील अर्थव्यवस्था मंद करण्यासाठी आणि ---------- नियंत्रित करण्यासाठी केला जातो.

अ) बचत ब) महागाई क) कर आकारणी ड) व्याजदर

१४) खुल्या बाजार कार्यपध्दतींच्या परिमाणवाचक साधनामध्ये वित्तीय बाजारांमध्ये ---------- खरेदी आणि विक्री यांचा समावेश होतो.

अ) वस्तू ब) चलन क) प्रतिभूती ड) स्थावर मालमत्ता

१५) पत नियंत्रण आणि अंतर आवश्यकता यासारखी गुणात्मक साधने क्रेडिटच्या ---------- वर प्रभाव टाकण्यावर लक्ष केंद्रित करतात.

अ) प्रमाण ब) गुणवत्ता क) व्याज ड) कर आकारणी

१६) चलनविषयक धोरण समितीचे प्राथमिक उद्दिष्ट आर्थिक वृद्धीस समर्थन देत लक्ष्यित स्तरावर ---------- राखणे हे आहे.

अ) स्थिरता ब) व्याजदर क) कर दर ड) महागाई

१७) आरबीआयच्या चलनविषयक धोरणाच्या पुनरावलोकनामध्ये महागाई, ---------- आणि जागतिक आर्थिक परिस्थिती यासारख्या घटकांचा विचार केला जातो.

अ) व्याजदर ब) कर आकारणी क) विनिमय दर ड) बचत

१८) मागील पाच वर्षांत आरबीआयने बँकिंग व्यवस्थेतील तरलता आव्हानांना तोंड देण्यासाठी --------- साधनांचा वापर केला आहे.

अ) राजकोषीय ब) चलनविषयक क) नियामक ड) देवाणघेवाण

१९) आरबीआयद्वारे सद्यकालीन धोरणातील बदलांचे उद्दिष्ट जागतिक --------- आणि अनिश्चिततेच्या आर्थिक प्रभावांना संबोधित करणे आहे.

अ) महागाई ब) व्याजदर क) कर आकारणी ड) झटके

२०) चलनविषयक धोरण समितीच्या रचनेत आरबीआय गव्हर्नर, डेप्युटी गव्हर्नर आणि --------- बाह्य सदस्यांचा समावेश होतो.

अ) चार ब) पाच क) सहा ड) सात

२१) अर्थव्यवस्थेतील --------- दबावांना तोंड देण्यासाठी संकुचित आर्थिक धोरण स्वीकारले जाऊ शकते.

अ) चलनवाढ ब) चलनघट क) कर आकारणी ड) बचत

२२) रेपो रेट निश्चित करण्यात चलनविषयक धोरण समितीची भूमिका --------- बाजारपेठेतील व्याजदरांवर प्रभाव टाकते.

अ) चलन ब) महागाई क) कर आकारणी ड) वित्तीय

२३) आरबीआयच्या चलनविषयक धोरणाच्या पुनरावलोकनामध्ये विविध --------- निर्देशकांचे मूल्यांकन समाविष्ट आहे.

अ) आर्थिक ब) राजकीय क) सामाजिक ड) पर्यावरणीय

२४) विस्तारित चलनविषयक धोरणे ग्राहकांच्या खर्चात आणि एकूणच --------- वाढीसाठी योगदान देऊ शकतात.

अ) महागाई ब) बचत क) कर आकारणी ड) आर्थिक क्रियाकलाप

२५) आरबीआयने जाहीर केलेल्या सद्यकालीन धोरणातील बदलांमध्ये बँकांच्या --------- आवश्यकतांमध्ये समायोजन समाविष्ट असते.

अ) व्याजदर ब) राखीव क) कर दर ड) महागाईचे लक्ष्य

२६) रिव्हर्स रेपो दर बदलण्याच्या चलनविषयक धोरण समितीच्या निर्णयाचा --------- बाजारातील व्याजदरांवर परिणाम होतो.

अ) कर आकारणी ब) महागाई क) चलन ड) वित्तीय

२७) आर्थिक विकासाला चालना देणे आणि --------- स्थिरता सुनिश्चित करणे यामधील समतोल राखणे चलनविषयक धोरणाच्या रचनेत समाविष्ट आहे.

अ) महागाई ब) व्याजदर क) कर आकारणी ड) वित्तीय

२८) चलनविषयक धोरणाच्या पुनरावलोकनात जागतिक --------- चा देशांतर्गत अर्थव्यवस्थेवर होणारा परिणाम विचारात घेतला जातो.

अ) महागाई ब) व्याजदर क) कर आकारणी ड) झटके

२९) चलनविषयक धोरण समितीच्या रचनेत भारताच्या --------- द्वारे नियुक्त केलेल्या बाह्य सदस्यांचा समावेश होतो.

अ) मंत्रालय ब) राष्ट्रपती क) पंतप्रधान ड) अर्थमंत्री

३०) नैतिक आक्षेप आणि थेट कृती यासारखी गुणात्मक साधने बँकांना --------- धोरण उद्दिष्टांचे पालन करण्यासाठी मार्गदर्शन करतात.

अ) कर आकारणी **ब)** महागाई **क)** राजकोषीय **ड)** बचत

उत्तरे : १) ब, २) ब, ३) क, ४) ड, ५) अ, ६) ब, ७) अ, ८) ड, ९) अ, १०) ब, ११) क, १२) ड, १३) ब, १४) क, १५) ब, १६) अ, १७) क, १८) ब, १९) ड, २०) क, २१) अ, २२) ड, २३) अ, २४) ड, २५) ब, २६) ड, २७) अ, २८) ड, २९) क, ३०) क.

सरावासाठी प्रश्न

प्र. १. पुढील प्रश्नांची सविस्तर उत्तरे द्या.

१) विस्तारात्मक चलनविषयक धोरण म्हणजे काय? विस्तारात्मक चलनविषयक धोरणाची वैशिष्ट्ये स्पष्ट करा.

२) आकुंचनात्मक चलनविषयक धोरण म्हणजे काय? आकुंचनात्मक चलनविषयक धोरणाची वैशिष्ट्ये सांगा.

३) आरबीआयच्या चलनविषयक धोरणाची साधने स्पष्ट करा.

४) आरबीआयच्या चलनविषयक धोरण समिती (MPC) बद्दल माहिती सांगा.

५) आरबीआयच्या मागील पाच वर्षांतील चलनविषयक धोरणाचा आढावा द्या.

६) आरबीआयच्या मागील पाच वर्षातील चलनविषयक धोरणाच्या उपलब्धींची माहिती सांगा.

७) आरबीआयच्या मागील पाच वर्षातील चलनविषयक धोरणातील उणिवा स्पष्ट करा.

८) आरबीआयने चलनविषयक धोरण संदर्भात जाहीर केलेले सद्यकालीन बदल विशद करा.

प्र. २. खालील विषयांवर टिपा लिहा:

१) विस्तारात्मक चलनविषयक धोरण.

२) आकुंचनात्मक चलनविषयक धोरण.

३) गुणात्मक साधने.

४) परिमाणवाचक साधने.

५) चलनविषयक धोरण समितीची रचना.

६) चलनविषयक धोरण समितीची कार्ये.

NOTES

www.ingramcontent.com/pod-product-compliance
Lightning Source LLC
LaVergne TN
LVHW082044051026
849532LV00011B/3478

सावित्रीबाई फुले पुणे विद्यापीठाच्या जून २०२३ पासून सुरू झालेल्या एम. कॉम च्या
आधुनिक बँक व्यवसाय आणि वित्तपुरवठा (चलनविषयक धोरण) या विषयाच्या
अभ्यासक्रमासाठी व इतर विद्यापीठांच्या संबंधित अभ्यासक्रमासाठी उपयुक्त पुस्तक

आधुनिक बँक व्यवसाय आणि वित्तपुरवठा

(चलनविषयक धोरण)

[Course Code : MP573MJ]

M.Com. - I (Sem. - II)

As per New Education Policy (2020)

Dr. Kishor S. Nikam
(M.Com., NET., SET., Ph.D., CA Final (II)., DTL., GDC&A., MBA., DMB., PGDBM., ADM., MA., DLL & LW., DIPR., DCCL.)
Dr. D. Y. Patil ACS College, Pimpri, Pune.

Dr. Bhaskar H. Jangale
(M.A., Ph.D.)
Naigaum Education Society Arts and Commerce College, Daund, Pune.

Dr. Kewal T. Khairnar
(M.Com., Ph.D.)
L.V.H. Arts, Science and Commerce College, Panchavati, Nashik.

Dr. Vinit Rakibe
(M.Com., M.Phil., NET., SET., MBA., Ph.D.)
Loknete Vyankatrao Hiray College., Nashik.

२०२४

SUCCESS PUBLICATIONS

प्रकाशक :
डॉ. राजेश पाटणे
सक्सेस पब्लिकेशन्स
राधाकृष्ण अपार्टमेंट, ५३५ शनिवार पेठ,
आप्पा बळवंत चौक, प्रभात टॉकिज समोर, पुणे ४११ ०३०
फोन नं : ०२०-२४४३४६६२
मोबा. - ९३२५३१५४६४

आवृत्ती
२०२४

संपादक
श्री. वाल्मिक गायकवाड

अक्षरजुळणी :
कु. वर्षा लोखंडे

मुखपृष्ठ :
कु. वर्षा लोखंडे

ISBN NO. **- 978-81-19939-55-8**